Diamond

Dictionary of Information Technology

डायमंड

माहिती तंत्रज्ञान शब्दकोश

इंग्रजी–मराठी

सुजाता कोण्णूर
अनुप कोण्णूर
मेखला कोण्णूर

डायमंड पब्लिकेशन्स

डायमंड माहिती तंत्रज्ञान शब्दकोश

सुजाता कोण्णूर, अनुप कोण्णूर, मेखला कोण्णूर

Dictionary of Information Technology

Sujata Konnoor, Anup Konnoor, Mekhala Konnoor

प्रथम आवृत्ती : २०१२

ISBN 978-81-8483-483-3

© डायमंड पब्लिकेशन्स, पुणे

अक्षरजुळणी
डायमंड पब्लिकेशन्स

मुखपृष्ठ
शाम भालेकर

प्रकाशक
डायमंड पब्लिकेशन्स
१२५५ सदाशिव पेठ, लेले संकुल, पहिला मजला,
निंबाळकर तालमीसमोर, पुणे ४११ ०३०.
☎ ०२० – २४४५२३८७, २४४६६६४२

diamondpublications@vsnl.net
www.diamondbookspune.com

प्रमुख वितरक
डायमंड बुक डेपो
६६१ नारायण पेठ, अप्पा बळवंत चौक
पुणे ४११ ०३०. ☎ ०२० – २४४८०६७७

मनोगत

विसावे शतक गाजले 'माहिती तंत्रज्ञान' या शब्दाने! नवनवीन तंत्रज्ञानाची जोड या माहितीशास्त्राला लाभली. टॅब्लेट, टचस्क्रीन, 3D, 4D यांसारखे शब्दही सामान्यांच्या कानावर पडू लागले. गुगल, ट्विटर, फेसबुक तरुण पिढीप्रमाणे ज्येष्ठ नागरिकांनाही मोह घालतात.

माहितीशास्त्राची संपदा इंग्रजीमध्ये विपुल प्रमाणात आहे. या शास्त्राच्या विकसनाबरोबर त्याची मराठी व इतर भाषांमधून भाषांतरे वा अनुवादही झाले; पण अजूनही हे शास्त्र समाजामध्ये पूर्णपणे भिनले आहे असे वाटत नाही. कारण या शास्त्राची होणारी प्रगती, त्यानुसार येणारे शब्दभांडार, त्यासाठी पर्यायी शब्द ही निरंतर चालणारी प्रक्रिया आहे.

या माहितीशास्त्राचे महत्त्व ओळखून शाळा, विद्यालये व महाविद्यालये यांच्या अभ्यासक्रमात याचा समावेशही केलेला आढळतो, पण त्यासाठी मराठीमध्ये या साहित्याची कमतरता जाणवते. हे शास्त्र खेडोपाडीसुद्धा पोहोचले आहे. गृहिणींनाही आपल्या पाल्यांना शिकवताना योग्य पर्यायी शब्दांची अडचण जाणवते.

इंग्रजी शब्दकोशाची रचना संज्ञा, व्याकरण व अर्थ अशी असते, पण या शब्दकोशाची रचना इंग्रजी-इंग्रजी-मराठी अशी आहे. इंग्रजी शब्दाला सोपा इंग्रजी पर्यायी शब्द व मराठी शब्द अशी याची रचना आहे. संपूर्ण विषय सोपा करण्याची दृष्टी यामागे आहे. सामान्य लोकांपर्यंत माहिती-तंत्रज्ञान हा विषय पोहोचावा, माहितीशास्त्राचा बाऊ होऊ नये, हे यामागील उद्दिष्ट!

हा कोश शालेय, महाविद्यालयीन विद्यार्थी यांना तर उपयोगी पडेलच, पण अभ्यासू, जिज्ञासू ज्येष्ठ नागरिक आणि गृहिणींनाही उपयुक्त ठरेल, असा विश्वास वाटतो.

या शब्दकोशाचे प्रारूप चि. अनुप व चि. मेखला यांनी तयार केले. चि. अनुपचे संगणकीय ज्ञान व चि. मेखलाचा माहिती तंत्रज्ञानाचा अभ्यास याकरिता उपयोगी पडलेला आहे.

मराठीमध्ये अशा प्रकारच्या साहित्याची उणीव दूर करण्याचे काम 'डायमंड पब्लिकेशन्सचे' श्री. दत्तात्रेय पाष्टे करत आहेत. त्यांच्या व त्यांच्या प्रकाशन–विभागाच्या सहकार्याबद्दल आम्ही आभारी आहोत.

या पुस्तकाच्या जडणघडणीत अनेक जाणकार लोकांचे मार्गदर्शन लाभले. लेखकत्रयी त्यांचीही ऋणी आहे.

या पुस्तकात काही उणिवा आढळल्यास, त्या सुचविल्यास पुढील आवृत्तीत त्या सुधारून निश्चितच समाविष्ट करता येतील.

लेखकत्रयी
सुजाता कोण्णूर
अनुप कोण्णूर
मेखला कोण्णूर

लेखक-परिचय

सुजाता कोण्णूर

एम. ए. (मराठी)

इंडियन इन्स्टिटट्यूट ऑफ एज्युकेशन, पुणे येथे ग्रंथालयीन सेवेचा प्रदीर्घ अनुभव

लेखनसंपदा : 'ग्रंथालय शास्त्र शब्दकोश'

'माहिती-तंत्रज्ञान : संपूर्ण ओळख' – सहलेखिका

'ग्रंथालय व माहितीशास्त्र कोश' – सहलेखिका

अनुप कोण्णूर

संगणक अभियंता – भारती विद्यापीठ, पुणे

लेखनसंपदा : 'माहिती तंत्रज्ञान : संपूर्ण ओळख' – सहलेखक

मेखला कोण्णूर

बॅचलर ऑफ बिझनेस ॲडमिनिस्ट्रेशन – बी.बी.ए.

(बी.एम.सी.सी.मधून.)

दहावीपासून माहिती तंत्रज्ञानाचा अभ्यास (अजून चालू)

एम.बी.ए. (यामध्येही माहिती तंत्रज्ञानाचा अंतर्भाव)

लेखनसंपदा : 'माहिती तंत्रज्ञान : संपूर्ण ओळख' – सहलेखिका

A

AAL (ATM Adaptation Layer) - Service dependent sublayer of data link layer सेवा अवलंबून असणारा माहिती जुळणीच्या स्तराचा उपस्तर

AARP (Apple Talk Address Resolution Protocol) - Apple Talk protocol stack the maps, a data link address to a network address ॲपल टॉक नियमसंचामध्ये नकाशे, माहिती जुळणीचे जाळ्यामधील स्थान व पत्ता

ABCD - Signaling - 4 bit telephon line signaling coding in which each letter represents 1 of the 4 bits. चार बिट्सचे (एक) अक्षर असलेली चार बिट्सची सांकेतिक सूचनांची दूरध्वनी लाइन

Abend - short for abnormal end. अनैसर्गिक शेवट

ABI / INFORM - a data base of articles includes more than 800 business periodicals since 1986. १९८६ पासून ८०० पेक्षा जास्त व्यावसायिक नियतकालिकांतील लेखांचा आधारभूत माहितीसंच.

ABM - Asynchronous Balance Mode एकाच वेळी येणारा मार्ग

ABR - 1. Area Border Router 2. Auto Baud Rate Detection - available bit rate उपलब्ध बिटचे प्रमाण

Accelerated Graphic Port (AGP) - a channel designed by Intel to allow affordable 3D graphic cards to provide high quality graphics by providing the graphic card fast access to the CPU जास्त चांगल्या गुणवत्तेच्या चित्रासाठी इनटेलने आरेखित केलेले त्रिमिती कार्ड ज्यामुळे मध्यवर्ती कार्यप्रणालीमध्ये जलद प्रवेश मिळतो.

AUP (Acceptable User Policy) - a set of rules and regulations for content and conduct permitted on a site or network संकेतस्थळ किंवा जाळ्याची माहिती व कामाची पद्धत या संबंधीचा नियमांचा संच

Access - ability to acquire, read and write प्रवेश मिळविण्याची, वाचण्याची आणि लिखाणाची क्षमता

Access - being allowed to use a computer and read or alter files held in it. संगणकातील संचिका वाचणे किंवा संचिकांमध्ये बदल करणे या गोष्टींच्या

उपयोगासाठी लागणारी आवश्यक परवानगी.

Access/Accept - response packet from RADIUS service notifying the access server that the user is authenticated अधिकृत उपभोक्ता असल्याचे प्रवेश साठ्याला कळविणारा रेडिअम सेवेचा उत्तर संच.

Access challenge - RADIUS server requesting that the user supply additional information before being authenticated उपभोक्ता अधिकृत होण्यापूर्वी रेडिअस साठ्याने अधिक माहितीसाठी केलेली विनंती.

Access Code - Series of characters of symbols that must be entered to identify the user / password. उपभोक्त्याची ओळख किंवा संकेतशब्दाचा प्रवेश करण्यासाठी आवश्यक असलेली अक्षरे किंवा खुणा.

Access control list - a list containing user and group security identifiers for a server with the associated privileges of each group and user. प्रत्येक गट आणि उपभोक्त्याच्या फायद्यासाठी, त्यांच्या सुरक्षिततेसाठी, ओळखणाऱ्यांची असलेली यादी.

Access drive - a hardware component used in the signaling controller system. संदेशनियंत्रण व्यवस्थेमध्ये वापरले जाणारे संस्करण विभागाचे भाग

Access method - means used for internal transfer of data between memory and display / peripheral devices. स्मृतिमंजूषा आणि प्रदर्शन यांच्यामध्ये माहितीचा अंतर्गत बदल करण्यासाठी वापरलेली साधने.

Access method - the way in which network devices access the network medium. जाळ्याच्या माध्यमामध्ये जाळ्याची साधने ज्या पद्धतीने प्रवेश करतात ती प्रवेशपद्धती.

Access number - subscriber's telephone number used to dial into the internet service. महाजालाच्या सेवेसाठी आवश्यक असणारा सभासदाचा दूरध्वनी क्रमांक.

Access provider - a company providing internet access, email account or online account to access their computer system कंपनीच्या संगणक-व्यवस्थेमध्ये प्रवेश करण्यासाठी कंपनी महाजाल, ई-मेल खाते किंवा ऑन लाईन खाते इ. मध्ये प्रवेश देणारी कंपनी.

Access request - request packet sent to the RADIUS server by access server requesting authentication of the user. उपभोक्त्याची अधिकृततेसाठी रेडिअस साठ्याकडे संच पाठविण्याची प्रवेशसाठ्याने केलेली विनंती.

Access server - communication processor which connects a synchronous devices to a LAN, WAN through network and terminal emulation software. एकाच वेळी स्थानिक क्षेत्रीय जाळे, आणि व्यापक क्षेत्रीय जाळे या जाळ्यांमार्फत अधिक चांगल्या संगणकीय आज्ञावलीची संप्रेषणप्रक्रिया.

Access speed - average amount of time, taken for storage device to find any particular data on a disk. साठा साधनातील तबकडीवरील विशिष्ट माहिती मिळविण्यासाठी लागणारा सर्वसाधारण वेळ.

Account policy - set of rules indicating how passwords and account lockout are managed on windows NT. विंडोज एन टी वर संकेतशब्द आणि खाते यांची व्यवस्था दर्शविणारा नियमांचा संच.

Accounting management - one of five categories of network management जालाच्या व्यवस्थापनाच्या पाच प्रकारांपैकी एक.

ACD - Automatic Call Distributor यांत्रिक कॉल वितरक

ACF (Advanced Communications Function) - a group of SNA products which provides distributed processing and resource sharing. एसएनए गटाच्या सेवेमुळे मिळणारी वितरणपद्धती व साधनवाटणी.

ACK (acknowledgement) - when a computer sends data to another over a network the receiving computer sends an acknowledgment to indicate that the transfer was succesful. एक संगणक जालातील दुसऱ्या संगणकाकडे माहिती पाठवितो तेव्हा माहिती घेणाऱ्या संगणकाने त्याची माहिती यशस्वीपणे मिळाल्याची दिलेली पोच.

Acoustic coupler - a device/modem which converts digital signals into sound for transmission through a telephone mouthpiece and reception through a telephone ear piece. दूरध्वनीमार्फत अंकीय संदेश आवाजामध्ये रूपांतरित करून संप्रेषण करणारा एक मोडेम.

Acquisition of signal - the time at which a radio or microwave signal is first received from satellite उपग्रहाकडून प्रथम आकाशवाणी व मायक्रोवेव्हचे संदेश स्वीकारले जातात ती वेव्ह.

ACSE (Association Control Service Element) - OSI convention used to establish, maintain or terminate a connection between two applications दोन कार्यांमधील संबंध जोडणे किंवा तोडणे यांच्या जोडणीसाठी उपयोगी पडणारे ओ.एस्.आय.

Activation - the process of enabling a subscriber device for network assets. जालप्रवेशासाठी असलेले सभासदाचे साधन

Active directory - a directory service from microsoft corporation which integrates user organisation's DNS structure. मायक्रोसॉफ्ट कार्पोरेशनने उपभोक्त्यांच्या संस्थांची डीएनएस बांधणी एकत्र केलेली निर्देशिका सेवा.

Active document - it employs technologies such as javascript visual basic script etc. प्रलेखामध्ये नवीन तंत्रज्ञानाचा केलेला वापर उदा. जावास्क्रिप्ट, व्हिज्युअल बेसिक स्क्रिप्ट इत्यादी.

Active monitor - a device responsible for managing a token ring. टोकन रिंगची व्यवस्था असणारे जबाबदारीचे साधन.

Active partition - it is a primary partition on the first hard disk in a computer that has been marked active by partitioning programme. आज्ञावलीचे भाग कार्यशील होण्यासाठी संगणकातील पहिल्या माहितीसाठ्याचे केलेले प्राथमिक विभाजन

Active server pages - a scripting environment for microsoft internet information server which allows a combination of HTML, and scripts to create dynamic web pages. एचटीएमएल आणि लेखन यांच्या एकत्रीकरणामुळे गतिशील वेब पेज निर्माण करण्यासाठी मायक्रोसॉफ्ट इंटरनेट माहितीसाठ्याचे लेखन वातावरण.

Active - Microsofts windows specific technique for writing applets. छोट्या छोट्या आज्ञावलीच्या विशिष्ट लेखनतंत्राची मायक्रोसॉफ्ट विंडोज.

Actual address - computer storage address that directly, without any modification accesses a location. कोणताही बदल न करता प्रत्यक्ष स्थानामध्ये प्रवेश करण्याचा संगणकीय साठ्याचा पत्ता

AD - Administrative domain - a group of hosts, routers and networks operated and managed by a single organization. एका संस्थेतर्फे जाळे कार्यान्वित करणे. मुख्य संगणकाच्या मार्गाचे केले जाणारे व्यवस्थापन

Ada - high level programming language that is used mainly in military, industrial and scientific field of computing. मुख्यत: शास्त्रीय, औद्योगिक व लष्करी क्षेत्रातील संगणकामध्ये वापरली जाणारी संगणकीय आज्ञावलीची भाषा.

Adapter - device that allows two or more incompatible devices to be connected together. दोन किंवा अधिक असुसंगत साधने एकत्र जोडणारे साधन.

AdC3 (Administrative Computing Co-ordinating Council) - One of the campus wide coordinating council that is used to provide recommendations on issues like informtion technology. तंत्रज्ञानाची माहिती करून देणारी एक क्षेत्रीय सहकारी परिषद.

Add path request - a request made by the network to add a path using the Add path packet which establishes a multitop path between two network nodes. दोन जालांतील अनेक मार्गातील बिंदूंच्या शाखेमध्ये अनेक मार्ग प्रस्थापित करणारी, अधिक मार्गाचा वापर करण्यासाठी संगणकाने केलेली विनंती.

Adder - it is a register that sums two numbers - दोन अंकांची बेरीज असणारी नोंद

Additive primarites - Red, green and blue are primary colours of light from which all other colours can be made. तांबडा, हिरवा आणि निळा ह्या प्रकारांच्या मुख्य रंगांतूनच तयार करता येणारे इतर रंग.

Address - a code that is used to identify subscriber's e-mail box on the net. सभासदाचा जालामधील ई-मेल ओळखण्यासाठी या सांकेतिक शब्दाचा होणारा उपयोग.

Address book - a book including subscriber's names, e-mail applications, addresses. सभासदांची नावे, ई-मेल पत्ते संग्रहित केलेले पुस्तक.

Address harvester - a programme that searches webpages and filters newsgroup traffic looking for valid e-mail address. वार्तागटातून ई-मेल पत्ता, वेबपेज शोधण्याचे कार्य करणारी आज्ञावली.

Address mapping - a technique that allows different protocols to interoperate by translating addresses from one format to another. अंतर्गत एका रूपरेषेतून दुसऱ्या रूपरेषेत पत्त्यांचे भाषांतर समजण्यासाठी अनेक नियमसंचांचा वापर करणारे तंत्र.

Address mask - a bit combination used to describe which part of an address refers to the network or subnet. जाळे, उपजाळे या संदर्भातील पत्त्याचा भाग वर्णन करण्यासाठी वापरलेले बिटचे एकत्रीकरण.

Address modification - changing of an address of an instruction word during multi-iterative method अनेक अंतर्गत कार्ये चालू असताना पत्त्याच्या सूचना शब्दामध्ये करण्यात येणारा बदल.

Address register - register in a computer that is able to store all the bits of an address which can then be processed as a single unit. संग्रह केलेल्या पत्त्यांचे सर्व बिट्स प्रक्रिया करून त्यांचा एक घटक असलेल्या संगणकीय नोंदी.

Address resolution - a method for resolving differences between computer addressing schemes. संगणकीय पत्त्यांच्या योजनातील फरकासाठी उत्तरे शोधणारी पद्धत.

Address resolution protocol - in order to communicate computers on a network the MAC address of all must be known. जाळ्यामध्ये संगणकाद्वारा संप्रेषण करताना प्रत्येकाचा मॅक पत्ता माहिती असण्याची आवश्यकता.

Adjacency - a relationship formed between selected neighbouring routers and end nodes for the exchanging routing information. माहितीच्या अदलाबदलासाठी विशिष्ट शेजारचे मार्ग आणि जाळ्यातील शाखांचे बिंदू यांमध्ये प्रस्थापित झालेले संबंध.

Administrative distance - Rating of the trustworthiness of routing information source. पथदर्शक माहितीच्या साधनाच्या प्रमाणावर असलेला विश्वास.

Administrator - a person who queries the user register to analyze individual subscriber status and problems. उपभोक्त्यांची यादी, वैयक्तिक स्तर व समस्या या संदर्भात विश्लेषण करणारी व्यक्ती.

ADSL (Asymmetric Digital Subscriber Line) - one of the four digital subcriber lines असमान अंकीय सभासदरेषा. चारअंकीय सभासदरेषेपैकी एक.

Advanced COS Management - advanced class of service management essential for delivering the required COS to all applications. वितरणासाठी सर्व कार्यांसाठी आवश्यक असलेली आधुनिक वर्गाची सेवाव्यवस्था सर्व कार्यालयीन वितरणासाठी आवश्यक असलेली सीओएस आधुनिक वर्गाची सेवाव्यवस्था.

Advanced power management - it is available on all of today's computers, it controls the powering down of equipment. शक्ती कमी असलेल्या साधनांचे नियंत्रण करणारी आणि सर्व आधुनिक संगणकांमध्ये उपलब्ध असलेली व्यवस्था.

Advertising - a router process in which routing or sevice updates are sent as specified intervals so that other routers on the network can maintain lists of usable routes. विशिष्ट कालावधीमध्ये मार्ग किंवा सेवा अद्ययावत करून जाळ्यातील इतर मार्गांनी वापरण्यायोग्य मार्गांच्या याद्यांची मार्गप्रक्रिया.

Adware - a component in software application that displays advertisements while the programme is running. आज्ञावली सुरू असताना जाहिराती प्रदर्शित करणारे घटक

AEP (Apple Talk Echo Protocol) - used to test the connectivity between two Apple Talk nodes. - दोन ॲपल टॉक बिंदूंमधील जोडणीची परीक्षा घेणारा नियमसंच.

AFP (Apple Filing Protocol) - Presentation layer protocol allows users to share data files and application programmes which reside on file server. उपभोक्त्याला माहिती संचिकासाठ्यामध्ये असलेल्या कार्यप्रणालीमध्ये आणि माहिती संचिकामध्ये वाटणी करण्यास परवानगी देणारा सादरीकरणाच्या स्तराचा नियम संच.

AFS (Andrew File System) - it allots users a portion of a space on a server and allows them to share files. उपभोक्त्याला माहितीसाठ्यामध्ये जागा आणि संचिकेमध्ये वाटणी करण्यास मान्यता देणारी व्यवस्था.

Agent - it is a software programme that is instructed to go out on to the internet and perform a specific function on behalf of user. उपभोक्त्याच्या गैरहजेरीत महाजालांमध्ये जाऊन विशिष्ट कार्य पार पाडण्याची सूचना देणारी आज्ञावली.

Aggressive mode - it is a connection mode which eliminates several steps. It is faster than main mode but not secured. कार्य करताना अनेक पायऱ्या टाळणारा, मुख्य बिंदू पेक्षा सुरक्षित नसणारा पण जलद काम करणारा एक जुळणीचा बिंदू.

AH (Authentication Header) - a security protocol which provides data authentication and optional anti-replay service माहितीची अधिकृतता, पुनर्प्रदर्शनाच्या सेवेसाठी आणि पर्याय देणारा सुरक्षित नियमसंच.

AHT (Average Handle Time) - it takes for calls to a service. सेवेसाठी कॉल्स देणारा वेळ.

AIN (Advanced Intelligent Network) - an expanded set of network services made available to the user and under user control. विकसित बौद्धिक जाळे, विस्तारीत जाळ्याचा संच, या जाळ्यामार्फत उपभोक्त्याला सेवा मिळतात. उपभोक्त्याच्या नियंत्रणाखाली असलेले जाळे.

Alarm - Notification that traffic signal has degraded or failed. संदेशाची वाहतूक प्रमाणित किंवा यशस्वी नसल्याची सूचना.

ALGOL (Algorithmic Language) - high level programming language using algorithmic methods for mathematical and technical applications. गणिती किंवा तात्रिक कार्यासाठी वापरण्यात येणारी सुसूत्र पद्धत असलेली संगणकीय आज्ञावलीची भाषा.

Algorithm - defined rule or process for arriving at a solution to the problem. समस्येच्या उत्तराजवळ येण्यासाठी सुसूत्र पद्धतीचे नियम.

ALO- At Least - Once- transaction - an ATP transaction in which request is repeated until a response is received. प्रतिसाद मिळेपर्यंत पुन्हा केली जाणारी विनंती असलेले एटीपी व्यवहार

Aloha testing - testing of software at developer's site by customers. संगणकीय आज्ञावली विकसित करणाऱ्याच्या संकेतस्थळावर ग्राहकाने केलेली तपासणी.

Alphanumeric - a set of symbols from the alphabet A - Z and the digits 0 - 9 अक्षरे अे ते झेड आणि अंक ० ते ९ यांची एकत्र रचना.

Alt - a type of newsgroup which is not official. It is alternative. अधिकृत नसलेला पण पर्यायी असलेला माहितीगट.

AM (Amplitude Modulation) - a technique whereby the information is conveyed through the amplitude of the carrier signal. मोठ्या संदेश वाहिनीद्वारे माहिती पोहोचविण्याचे तंत्र

AMA (Automatic Message Accounting) - in OSS, the automatic collection recording and processing of information relating to calls for billing purposes. ओ एस एस मध्ये देयकाच्या हेतूने कॉल्स संबंधित यांत्रिक पद्धतीचा माहितीचा संग्रह, रेकॉर्डिंग आणि केलेली प्रक्रिया

Amplitude - measurent of the difference in magnitude of waves in an analog transmission. साधर्म्यप्रक्षेपणामध्ये चुंबक लहरींमधील फरक मोजण्याचे मोजमाप.

Analog - system of transmitting information in alternating waves. प्रक्षेपणामध्ये पर्यायी लहरींची माहिती असण्याची पद्धत

Analog signal - representation of information with a continuously variable physical quantity such as voltage. होल्टेजप्रमाणे सातत्याने बदलणाऱ्या स्वाभाविक प्रमाणातील माहितीचे सादरीकरण

Analog transmission - over wires or through the air, the information is conveyed through the variation of some combination of signals. तारांमधून किंवा हवेद्वारा माहिती काही लहरींच्या संदेशाचे मिश्रणाद्वारे पोहोचविले जाणारे प्रक्षेपण.

Anchor - it is a HTML tag that makes a specific point in HTML document either source or destination of a hypertext link. साधन किंवा हायपरटेक्स्ट दुव्याच्या ठिकाणापर्यंत जाण्याचा एचटी एम एल टॅगने तयार केलेला बिंदू.

ANI - Automatic Number Identification, यांत्रिकरीत्या क्रमांकाची ओळख.

Animated GIF (Graphics Interchange Formate) - a variation of GIF format, often used on world-wide web pages for providing moving icons and banners. बहुत व्यापक जाळ्यामध्ये जी आय एफ चा आराखडा बऱ्याच वेळा वापरला जातो. त्यामुळे हालत्या खुणा व फलक मिळू शकतात.

Animation - a technique of filming sequence of drawings to give appearance for movement. चलत्‌चित्रांचे तंत्र

Annoyware - a slang term used to decribe shareware that reminds member frequently that the member is using an unregistered version of the software product. अप्रचलित शब्द करताना सभासद अवैध संगणक आज्ञावलीचा वापर करीत आहे. याची वारंवार आठवण करून देणारे शेअरवेअर.

Anonymous FTP (File Transfer Protocol) - it allows user to retrieve documents files, programmes and other archived data from anywhere on the internet without having to establish a user ID and password. उपभोक्ता महाजालातील प्रलेखसंचिका यांचा वापर करतो. उपभोक्त्याचा संकेत शब्द वा ओळख यांच्या शिवाय वापरण्याचे तंत्र.

Answer files - text files which contain stylized responses to the queries posed by microsoft set up programmes during installation. मायक्रोसॉफ्ट आज्ञावली संगणकामध्ये घालताना पुढे आलेल्या प्रश्नांची उत्तरे समाविष्ट असलेल्या मजकुराच्या संचिका.

Antenna - a device for transmitting or receiving a radio frequency. रेडिओ लहरींचे प्रक्षेपण व लहरी परत मिळविण्याचे एक साधन.

Anti - adware - a software that can detect and remove adware from computer. संगणकातील ॲडवेअरचा शोध घेऊन तो काढून टाकणारी आज्ञावली.

Anti - virus software - protects email, messages and files by removing virus. ई-मेल संदेश आणि संचिका यांचे संरक्षण करणारी विषाणू काढून टाकणारा आज्ञावली.

API (Application Programmer Interface) - The means by which an application programme communicates to software. संप्रेषणाच्या आज्ञावलीशी कार्य करणाऱ्या आज्ञावलीचे संभाषण करणारे साधन.

APL (A Programming Language) - High level programming language used in scientific and mathematical work. शास्त्रीय आणि गणिती कार्यासाठी वापरली जाणारी संगणकीय आज्ञावलीची भाषा.

APN (Access Point Name) - Identifies a PDN that is configured on and accessible from GGSN in a GPRS network. जी पी आर एस जाळ्यामधील जी जी एस एन कडून प्रवेश मिळणारे आणि अंतर्गत भागांचे स्थान असलेले पिडीएन ओळखणे.

APNIC - Asia Pacific Network Information. One of the four non-profit organizations that register and administer IP addresses आशिया पॅसिफिक नेटवर्क इन्फरमेशन सेंटर

Apogee - a point in the orbit of satellite. It is at the at greatest distance from its body of rotation. उपग्रहापासून जास्त अंतर असलेला त्याच्या कक्षेवरील एक बिंदू.

Applet - a small Java programme which can be embedded in an HTML page. छोटी जावा आज्ञावली. ही एच टी एम एल च्या पृष्ठामध्ये घातलेली असते. ह्या आज्ञावलीत इतर साधनाना प्रवेश मिळत नाही. उदा. इतर संचिका

Application - it is a software, relatively complex task, creates and modifies documents. नवीन प्रलेख निर्माण करणारी जुन्या प्रलेखात बदल करणारी पण जटिल आज्ञावली.

Application Programme Interface - an interface between an operating system and application programmes. कार्यान्वित पद्धती व आज्ञावलीच्या वापराचे साधन या दोहोमध्ये असणारा संपर्क.

Application server - a server that processes information for a client computer. ग्राहक संगणकासाठी माहिती प्रक्रिया करणारा संगणकीय जाळ्याचा माहिती साठा.

Application services - a network service which allows server to provide application services in a client / server relationship - जाळ्यातील माहिती साठ्याला ग्राहक व साठा या दृष्टीने आज्ञावलीच्या सेवा देण्यासाठी असलेली जाळे-व्यवस्था.

APPN (Advanced peer-to-peer net - working) - enhancement to the orignial IBM SNA architecture मूळ आय बी एम च्या सिस्टिम नेटवर्क आराखड्याचे विस्ताररूप.

Archie - an information system offering an electronic directory service for locationg information on the internet that is automatically updated. यांत्रिकरीत्या अद्ययावत होणारी महाजालातील माहितीचे स्थान शोधताना माहिती-पद्धतीची इलेक्ट्रॉनिक सेवा उपलब्ध देणारी निर्देशिका.

Archive - files with compressed so to save storage space. साठ्याच्या जागेच्या दृष्टीने अनेक संकुचित केलेल्या संचिका.

Architecture - structure of a computer or communication system. संगणकाची किंवा संप्रेषणपद्धतीची रचना

Area - a logical set of network segment and their attached devices. जाळ्याशी संबंधित साधने व भाग यांचा तार्किक संच.

ALU (Arithmetic Logic Unit) - a device used for logical and arithmetic operations within a computer. तार्किक व गणिती कार्यासाठी संगणकामध्ये असलेले साधन.

ARPANET (Advanced Research Projects Agency Network) - Landmark network established in 1969. १९६९ मध्ये स्थापन झालेले ऐतिहासिक संगणकीय जाळे.

Array - grouping of similar types of data, referenced as a sequential location. क्रमवार स्थानासाठी असलेला समान माहितीचा गट.

Artificial intelligence (AI) - A field of computer science related with the attempt to model aspects of human thoughts into computers. संगणकशास्त्राचे एक क्षेत्र. संगणकामध्ये मानवी विचार व्यक्त करण्याचे उद्दिष्ट. कृत्रिम बुद्धिमत्ता.

AS - Access Server - collection of networks under a common administration sharing a common routing strategy. सामान्य प्रशासनांमध्ये जाळ्याच्या संग्रहाची केलेली वाटणी, सर्वसामान्य पथ उपाययोजना.

ASAM - ATM Subscriber Access Multiplexer. एटीएम सभासदाचा अनेक भागांमध्ये असणारा प्रवेश.

ASCII - American Standarard Code for Information Interchange Association. इन्फरमेशन इंटरचेंज असोसिएशनसाठी अमेरिकेत प्रचलित असलेला प्रमाणित सांकेतिक शब्द.

ASE - Amplified Spontaneous Emissions. स्वाभाविकपणे बाहेर टाकला जाणारा विस्तार.

ASM - Assembly Language or code pertaining to assembly language. जुळणी भाषा, जुळणी भाषेशी संबंधित सांकेतिक भाषा.

Asset management - a large organisation uses it to collect and maintain a comprehensive list of all items that it owns such as hardware and software. मोठ्या संस्थेतील माहिती संस्करण विभाग व संगणकीय आज्ञावली यांची एकत्रित परिपूर्ण यादी.

Associate - Linking a document with the programme which created it so that both can be opened with single command. प्रलेख आणि आज्ञावली यांची जुळणी उघडता येणारी एक आज्ञा.

Associative memory - access based on its contents, not on its memory address. स्मृतिमंजूषेच्या पत्त्यावर नव्हे तर अनुक्रमणिकेवर आधारित स्मृतिमंजूषेतील प्रवेश.

ASTA (Advance Software Technology and Algorithms) - components of the HPCC Programme intended to develop software and algorithms for implementation on high performance computer and communication systems. संगणकाचे उच्च सादरीकरण आणि संप्रेषणव्यवस्थेसाठी हेतुपुरस्सर आज्ञावली व नियमसंच विकसित करणारे एच पी सी सी आज्ञावलीचे घटक.

ADSL (Asymmetric digital subscriber line) - method for moving data over regular phone lines. नेहमीच्या दूरध्वनी तारांमार्फत माहितीचे वहन होण्याची पद्धत.

Asynchronous communication - two way communication in which there is a time delay between message sent and message received. दोन मार्गांनी होणारे प्रक्षेपणसंदेश पाठविणे व संदेश मिळविणे यांमध्ये दोन मार्गांनी प्रक्षेपण होताना होणारा विलंब.

Asynchronous transmission - digital signals which are transmitted without precise clocking अचूक वेळेशिवाय होणारे अंकीय संदेशांचे प्रक्षेपण

ATM endpoint - a point in an ATM network where an ATM connection is initiated or terminated. एटीएम जाळ्यातील जोडणी किंवा तोडणी करणारा बिंदू.

ATM Layer - service independent sublayer of the data link layer in an ATM network. एटीएम जाळ्यातील सेवास्वातंत्र्य असलेला माहिती वाहिनी स्तराचा उपस्तर

Attached Resource Computer Network - ARNET is a relatively old network establised in 1977 by Data Point Corporation. डेटापॉइन्ट कार्पोरेशनने १९७७ साली स्थापन केलेले जुने संगणकीय जाळे.

Attenuation - the fading of electrical signal over a distance. काही अंतरावर विद्युत् संदेशाची कमी होणारी तीव्रता.

Attribute - form of information items provided by the x. 500 Directory Service. एस. ५०० निर्देशिका सेवेमार्फत माहितीरचनेचे दिले जाणारे घटक.

AUP (Acceptable Use Policy) - many transit networks have policies that restrict the use to which the network can be put. जाळ्याच्या धोरणांनी मर्यादांचे पालन करणारी अनेक जाळी.

Authorization - method for remote access control, one time authorization or authorization for each service, per user account list and profile एक वेळ अधिकृतता किंवा प्रत्येक सुविधा प्रत्येक उपभोक्त्याची खात्यांची यादी आणि चरित्रात्मक माहितीसाठी दूरच्या प्रवेशनियंत्रणाची पद्धत.

Automated dictionary - lists of words and meanings created by machines. संगणकीय शब्दकोश, शब्दांची व शब्दांच्या अर्थाची यंत्राच्या सहाय्याने केलेली यादी.

Automatic abstracting - to make a summary of an article with the help of a computer for reference. संगणकीय सारलेखन, संदर्भासाठी संगणकाच्या साहाय्याने केलेला लेखांचा सारांश.

ADP (Automatic data processing) - refers to computer aided storing manipulating or proccessing of information on requiring minimal or no human interaction. याचा संबंध संगणकीय साठा, माहितीची प्रक्रिया यामध्ये संबंध कमी असलेले किंवा नसलेला याच्याशी आहे. यांत्रिक माहिती प्रक्रिया.

Automatic mailing list - it is a mailing list where the work is done by a special computer programme. विशेष संगणकीय आज्ञावलीने काम पूर्ण करणारी टपाल यादी.

Automation - use of automatic equipment instead of manual labour / machine which operates according to coded instructions. मानवी श्रमाऐवजी यांत्रिक साधनांचा केलेला उपयोग. सांकेतिक सूचनांचा वापर करणारे संगणकीकरण.

Auto-reconfiguration - a process performed by nodes within the failure domain of a token ring network. टोकन रिंग जाळ्यातील कार्यक्षेत्रामधील अपयशामध्ये बिंदू काढून सादर होणारी प्रक्रिया.

AV (Audio - visual) - Macintosh models have video capture hardware and sound recording capabilities हक्क माहितीचा सर्व भाग असून आवाजाची रेकॉर्डिंगची क्षमता असणारा मॅकिनटॉश कंपनीचा दृक् श्राव्य नमुना.

Availability - amount of time on a telephone system. दूरध्वनी पद्धतीतील वेळेचे प्रमाण.

AW - administrative work station. प्रशासकीय कार्यस्थळ.

B

Back bone - a high speed line of connections that forms a major pathway within a network - जाळ्यामध्ये मोठी वाट निर्माण करण्यासाठी असलेली जलद गतीची जोडणी.

Backdoor - an unofficial means of gaining access to a computer system which is known only to the person who created it. निर्मात्यालाच माहिती असणाऱ्या संगणकपद्धतीमध्ये अनधिकृत प्रवेश करण्याची साधने

Backhaul - a scheme where telephony signalling to reliably transport from a gateway to Media Gateway controller, access a packet switched network दूरध्वनी संदेश एका प्रवेशद्वारापासून माध्यमाच्या प्रवेशद्वारापर्यंत विश्वसनीयरीत्या प्रक्षेपित करताना नियंत्रक प्रवेशाने संच जोडणाऱ्या जाळेपणाची योजना.

Back pressure - propagation of network congestion information upstream through an internetwork अंतर्गत जाळ्यातील प्रवाहाविरुद्ध जाळ्यातील माहितीच्या गर्दीचा होणारा प्रसार.

Backtracking - a method for reaching a series of sub-goals.उपध्येयाच्या मालिकेकडे पोहोचण्याची पद्धत.

Backup - copying important data on to a removable media to protect against data loss. माहिती नष्ट होऊ नये म्हणून महत्त्वाच्या माहितीची प्रतिकृती करणारी चलत् माध्यम संगणकातील माहितीची जादा सुरक्षित प्रत.

Backus - naur form - a way of representing a language and grammer भाषा आणि व्याकरण यांच्या सादरीकरणाची एक पद्धत.

Backward learning - algorithmic process used for routing traftic that surmises information by assuring symmetrical network conditions. वाहतुकीच्या मार्गासाठी माहितीच्या खात्रीचा तर्क करणारी आणि प्रमाणबद्ध जाळ्यासाठी वापरली जाणारी नियमसंचाची पद्धत.

Balanced configuration - in HDLC (High Level Data Connection), a point to point network configuration with two combined stations.संतुलित

विविध भागांची जोडणी - बिंदूपासून बिंदूपर्यंत दोन स्थळे एकत्र जोडणारे एचडीएलसी जाळे.

Balun - Device used for matching impedance between balanced and unbalanced line संतुलित आणि असंतुलित दुव्यांमधील व्यत्यय पर्यायासाठी वापरणारे साधन.

Bandwidth - difference between highest and lowest frequencies available for network signals. जाळ्याच्या संदेशासाठी लागणाऱ्या उच्च व कमी उच्च लहरीतील फरक.

Bandwidth reservation - process assigning bandwidth to users and applications served by a network. उपभोक्त्याला जाळ्यामार्फत सेवा देण्यासाठी आणि वापरण्यात येणारी साधने यांना लहरी पुरविण्याची प्रक्रियापद्धती.

Banner ad - image, file of any size displayed on a website encouraging the viewer to click on it in order to load the advertisers webpage promoting their product or service. जाहिरातदारांच्या वेबपेज निर्मिती व सेवा यांपेक्षा वेबसाईट स्थळावर प्रतिमा, कोणत्याही आकाराची संचिका पाहणे हे दर्शकासाठी ठरणारे प्रोत्साहन.

Bar chart - graph on which values are represented as vertical or horizontal bars. आडव्या, उभ्या स्तंभांतून मूल्यांचे सादरीकरण करणारा आलेख.

Bar code - data represented as a series of printed stripes of varying widths. वेगवेगळ्या रुंदीच्या मुद्रित उभ्या रेषांच्या मालिकेतून केलेले माहितीचे सादरीकरण संगणकीय सांकेतिक पट्टी.

Barrel shifters - hardware devices that can rotate a word by any number of bits in a single operation. एकेरी कार्यामध्ये कोणत्याही बिट्सच्या क्रमांकाने शब्दाला वर्तुळाकार फिरविणारे संस्करणसाधन.

BARRNET (Bay Area Regional Research Network) - Regional network serving San francisco Bay Area) सॅन फ्रॅन्सिस्को बे क्षेत्रातील संगणकीय जाळे.

Base address - a genesis address for a sequence क्रमवारीसाठी असलेला मूळ पत्ता.

Basebond system - it transmits signals without converting them to multiple frequencies thus limiting the systems bondwidth. संदेशांचे रूपांतर अनेकविध लहरींमध्ये न करता प्रक्षेपण करण्याची पद्धत.

Baseline report - compares two similar time ranges in a report format. अहवालाची मूळरेषा, अहवाल मूळरेषेमध्ये दोन समान वेळ मर्यादांची तुलना.

Bash - a Bourne again shell - one of the type of shell शेलचा एक प्रकार

BASIC (Beginner's All Purpose Symbolic Instruction Code) - a high level programming language, for developing programmes in a conversational way संभाषणमार्गाने आज्ञावली विकसित करणारी आज्ञावलीची भाषा.

Basic input output system - a programme which is stored in read only memory on motherboard of a computer. संगणकाच्या मदरबोर्डवर रीड ओन्ली मेमरीमध्ये संग्रहित केलेली आज्ञावली.

Batch file - DOS file which allows execution of multiple commands by typing one word. एकच शब्द टंकलिखित करून अनेक आज्ञा कार्यरत करण्यासाठी उपयोगी पडणारी डॉस संचिका.

Batch scanning - sequential scanning of multiple originals using previously defined unique setting for each. पूर्वी स्पष्ट केलेल्या प्रत्येकासाठी असामान्य गट करून अनेक क्रमिक मुळांचे बारकाईने करण्यात येणारे निरिक्षण.

Baud - unit of measurement that denotes the number of bits that can be transmitted per second. प्रत्येक सेकंदाला प्रक्षेपण करणारे अनेक बिट्स मोजणारा एक घटक.

BBS (Bulletin Board Service) - non commercial dial - up service usually run by a user group of software company. सॉफ्टवेअर कंपनीच्या उपभोक्ता- गटाकडून चालवलेली अव्यावसायिक डायल अप सेवा.

BCP (Best Current Practices) - Newest subseries of RFCS that are written to describe BCPS in the Internet.; महाजाळ्यातील बीसीपीचे वर्णन करण्यासाठी लिहिलेली आरएफसीएस्ची नवीन उपमालिका.

Be (Excess Burst) - Negotiated tariff metric in Frame Relay internetworks. फ्रेम रिले अंतर्गत जाळ्यातील निश्चित केलेले वाहतुकीचे मीटरसंबंध.

Benchmark - 1) point in an index which is important and can be used to compare with other figures दुसऱ्या आकड्याशी तुलना करण्यास उपयोगी पडणारा निर्देशामधील महत्त्वाचा बिंदू, 2) Programme used to test the performane of software / hardware system. व्यवस्था / संस्करण विभाग किंवा आज्ञावली यांच्या सादरीकरणासाठी परीक्षा करणारी आज्ञावली.

Bernoulli trials - a set of independent events where each event has a probability of success and failure. प्रत्येक घटनेशी यश किंवा पराजयाची

शक्यता असलेल्या स्वतंत्र घटनांचा एक संच

Best effort attempt - data which is routed using a connectionless transfer method. जोडणीविरहित माहितीचा पथ बदलण्याची पद्धत.

Best - effort delivery - a network system which does not use a sophisticated acknowledgement system to guarantee relible delivery of informatiom. माहितीवितरणासाठी खात्रीलायक पूर्वापार चलत असलेली पोच व्यवस्था न वापरणारी जाळे व्यवस्था.

Best First - an algorithim uses heuristic data to expand the most promising node in a search path. शोधपथामधील जाळ्यातील शाखा व्यापक करण्यासाठी माहिती उपयोग करणारा महत्त्वाचा नियमसंच

Best Pricing - sophisticated pricing algorithm and methodology. आधुनिक चलनी नियमसंच आणि पद्धती

Beta - a version of an application / software package that is made available prior to its accepted completion for the purpose of testing. परीक्षा करण्यासाठी आवश्यक असणारा आज्ञावलीचा संच किंवा उपयोगी पडणारी आवृत्ती.

BGI (Binary Gateway Interface) - Provides a method of running a programme from a web server. जाळ्याच्या साठ्यातून आज्ञावली चालू करण्यासाठी दिलेली पद्धत.

BGP (Border Gateway Protocol) - Interdomain routing protocol that replaces EGP. इजीपीच्या जागी पथदर्शक अंतर्गत उपसंच

Bidirectional shift register - hardware devices that can rotate a word clockwise in a single operation. एखाद्या कार्यामध्ये शब्द घड्याळाप्रमाणे फिरत राहतो असे माहितीसंस्करण करणारे साधन.

Bi-directional bus - data lines can carry signals travelling in two directions. दोन दिशांनी संदेशाचे वहन करणाऱ्या माहितीवाहिन्या.

Big-endian - method of storing or transmitting data in which the most significant bit is presented first माहितीसाठा व माहितीप्रक्षेपणाची एक पद्धत यांमध्ये प्रथम येणारा महत्त्वाचा बीट

Binary - Having to do with a system of numbers with two as its base, using digits 0 and 1. दोन अंकांच्या व्यवस्थेशी संबंधित. द्विक्रम १ आणि ०

Binary decision diagram - it is refered to as a Rooted Directed Acyclic Graph. रूटेड डायरेक्टेड असायक्लिक् ग्राफशी संबंधित द्विअंकी आकृती.

Binary file - a file containing information other than pictures, sounds, programmes etc with special formatting. माहितीशिवाय चित्रे, आवाज, आज्ञावली इ. विशिष्ट रूपरेषेनुसार असणारी संचिका.

Binary hexadecimal - a method for converting non text files into ASCII मजकूरविरहित संचिका एएस्सीआयआय मध्ये रूपांतरित करण्याची पद्धत.

Binary number system - a counting system used in computer consisting of only 1 and 0 संगणकातील मोजदाद करण्याची पद्धत फक्त १ आणि ० (शून्य) यानीच बनलेले संगणकीय क्रमांक.

Biphase coding - Bipolar coding scheme originally developed for use in ethernet मुळात इथरनेटसाठी विकसित केलेली ही बायपोलर सांकेतिक शब्दांची पद्धती

Bit - a unit of measurement which represents one figure or character of data. संगणकातील एक आकडा किंवा माहितीतील एक अक्षर मोजण्याचा घटक मोजण्याचे परिमाण ० किंवा १

Bit depth - a number of bits used to represent each pixel in an image, determining its colour or tonal range. प्रत्येक बिंदूमधील प्रतिमा त्यांचे रंग सादर करण्यासाठी अनेक लहान घटकरूपी वापरले जाणारे बिट्स

Bit-map - to define events / data using a grid of single bits, this can be graphics or table of devices in use. घटना किंवा माहितीची व्याख्या करताना. आलेख किंवा तक्ता यासारख्या साधनामध्ये वापरले जाणारे एकेरी बिट्सचे ग्रिड.

Bitmap - It is used to describe an illustration or font file as being created by a predefined number of pixels चित्रांचे किंवा फॉन्ट संचिकेच्या स्पष्टीकरणा-पूर्वीच्या अनेक प्रकाशाच्या छोट्या क्षेत्रांनी निर्माण केलेल्या चित्रांचे किंवा फॉन्ट संचिकेचे वर्णन.

BITNET - an academic computer network which provides interactive electronic mail file transfer service based on IBM Network Job Entry protocol.आय बी एम नेटवर्क जॉब एन्ट्री नियमसंचावर आधारित असलेले हे शैक्षणिक संगणकीय जाळे. या जाळ्यामार्फत इ-मेल संचिका पाठवता येतात.

Bit - oriented protocol - class of data link layer communication protocols which can transmit frames, regardless of frames content. रूपरेषा, रूपरेषातील अनुक्रमणिका प्रक्षेपित करणारा माहितीवर्गाच्या संप्रेषण दुव्याच्या स्तराचा नियमसंच

Bit rate - speed at which bits are transmitted usually expressed as bits per second (bps). लहान घटकांचा (बिट्स) प्रत्येक सेकंदाला व्यक्त होणारा प्रक्षेपणाचा वेग

Bitrate - speed in which data is transferred relative to bits. संबंधित लहान घटकाकडून माहितीचे वहन होण्यासाठी असलेली गती.

Black - Box testing - hardware or software testing that involves computer automated test. संगणकातील यांत्रिकीकरण माहितीसंस्करणाचा भाग व आज्ञावली यांची तपासणी.

Blackplane - a physical connection between an interface processor and data buses, power distribution buses inside a chassis. सांगाड्यातील संपर्क प्रक्रिया माहिती बस शक्ती वितरण बस यामधील नैसर्गिक जुळणी.

Black point - a movable reference point which defines darkest area in an image causing all other areas to be adjusted accordingly. प्रतिमेचे गडद काळे क्षेत्र दर्शविणारा आणि त्यानुसार इतर क्षेत्रे जुळवून घेणारा चलन बिंदू.

Blocking - a condition in which no paths are available to complete a circle वर्तुळ पूर्ण होण्यासाठी एकही मार्ग अस्तित्वात नसणे अशी स्थिती.

Blue screen - displayed by windows when it encounters a STOP error that it can not recover from. विन्डो प्रदर्शित झाली असताना तिचा सामना स्टॉप एरर बरोबर झाला तर विन्डो कार्यरत होत नाही.

Bookmark - a clickable link stored on drop down menu which takes subscriber to a page on the internet. महाजाळ्याच्या पृष्ठावर सभासदाला घेऊन जाणाऱ्या संग्रहित यादीमधील क्लिककरता दुवा

Boolean logic - a system used frequently in search engines and directories for searching and retrieving information using and combining terms using separators such as AND OR and NOT माहितीचा शोध घेताना किंवा तिची पुन:प्राप्ती करताना अँड ऑर किंवा नॉट या शब्दांचा वापर करण्याची आणि नेहमी सर्व इंजिन व निर्देशिकामध्ये वापरली जाणारी पद्धत.

Boot - start up by loading programme संगणकातील आज्ञावली सुरू करण्याची क्रिया.

BOOTP (Bootstrap Protocol) - a protocol used by a network node to determine the IP address of its Internet interface to affect network booting. जाळे सुरू होण्यासाठी परिणाम करणारा इंटरनेट संपर्कातील जाळ्याच्या नियमसंचातील पत्ते निश्चित करणारा जाळ्यातील बिंदूकडून वापरला जाणारा नियमसंच

Boot partition - it contains operating system files कार्यान्वित पद्धतीच्या संचिका असलेले संगणकाचे सुरू होण्याचे विभाजन.

Boot PROM - Boot programmable read only memory. रीड ओनली मेमरी सुरू करणारी आज्ञावली.

Booting - Start computer via power, that loads system software into memory. विद्युत् पुरवठा देऊन संगणक चालू करणे. त्यामुळे स्मृतिमंजूषेमध्ये आज्ञावली कार्यान्वित करता येते.

BOT (Back on Topic) - a programme designed to search the internet looking for information short of robot. महाजाळ्यावर माहितीशोधनासाठी आरेखित केलेली आज्ञावली.

Bottleneck - component in the system that is slowing system performance. संथ पद्धतीचे सादरीकरण करणाऱ्या पद्धतीमधील घटक.

Bounce - return of an e-mail message, because of an error in its address or a fault in online postal system. पत्त्यातील चुकीमुळे अथवा प्रत्यक्ष टपालसेवेच्या पद्धतीतील चुकीमुळे परत येणारे इलेक्ट्रॉनिक टपाल.

Bounded media - refers to any network / communication that travels over a physical connection of some type. काही प्रकारच्या नैसर्गिक जुळणीमधून प्रवास करणारे जाळे / संप्रेषण.

Boyce - codd dependency - When any portion of a key is dependent on a non-key attribute. विशेष कळरहित गुणधर्मावर कळेचा काही अवलंबून असलेला भाग.

Bridge - a dedicated computer used to connect two different networks of the same type, a device similar to a router. एकाच प्रकारची पण दोन वेगवेगळी संगणकीय जाळी जोडण्यासाठी वापरला जाणारा संगणक.

Bridge forwarding - a process that uses entries in a filtering database to determine whether frames with a given MAC destination address can be forwarded to given port. मॅक स्थळाने दिलेले पत्ते दिलेल्या पोर्टकडे पुढे पाठविण्यासाठी आधारभूत माहितीसामग्रीतील नोंदी निश्चित करून रूपरेषेसाठी वापरली जाणारी प्रक्रिया.

Bridge group - a bridging feature that assigns network interfaces to a particular spanning-tree group. जाळेसंपर्कापासून विशिष्ट विस्तारापर्यंत पुलाच्या वैशिष्ट्याने नेमून दिलेले कार्य - ट्री ग्रुप.

Bridge number - a number which identifies each bridge in a SRB LAN एसआरबी स्थायिक क्षेत्रीय जाळ्यातील प्रत्येक पुलाला ओळखीसाठी दिलेला क्रमांक

Bridge static filtering - a process in which a bridge maintains a filtering database cosisting of static entries. स्थिर नोंदीच्या आधारभूत माहितीसंचाची व्यवस्था करणारा पूल करणारी प्रक्रिया.

Broadband - 1) telecommunication technology - any channel having a bandwidth greater than voice grade chanel. दूरसंचार तंत्रज्ञान - आवाज वाहिनीपेक्षा बँडविड्थ असलेली कोणतीही वाहिनी चांगली. २) LAN Terminology - a coaxial cable on which analog signaling is used. स्थानीय क्षेत्रीय जाळ्याची परिभाषा - कोऑक्सिअल वाहिनीवर वापरण्यात येणारे समान संदेश. ३) Transmission system which mutiplexes multiple independent signals onto one cabel. प्रक्षेपण पद्धत - एका वाहिनीवर अनेक स्वतंत्र संदेश देणारी अनेक भागांची पद्धत.

Broadcast - a packet whose special address results in its being heard by all hosts on a computer network. संगणकीय जाळ्यातील सर्व मुख्य संगणकांना समजणारे विशिष्ट पत्त्यांचे परिणाम असणारा संच.

Broadcast address - a special address reserved for sending a message to all stations. सर्व ठिकाणी संदेश पाठविण्यासाठी राखून ठेवलेला विशिष्ट पत्ता.

Broken link - a link in the form of clickable text / image which no longer takes subscriber to the destination it is supposed to. खंडित दुवा - सभासद त्या विशिष्ट स्थानावर मजकुराचा आराखडा किंवा त्यातील प्रतिमा त्याला (सभासदाला) हव्या असल्या तरी जास्त वेळ पाहू शकत नाही असा दुवा.

Browser - GUI based hypertext client application such as internet Explorer, Netscape Navigator used to access hypertext documents and other services located on innumerable remote servers through www / internet. डब्लू डब्लू डब्लू / महाजाळे द्वारा अगणित दूरच्या साठ्यावर असलेले हायपरटेक्स्ट दस्तऐवज आणि इतर सेवा यांमध्ये प्रवेशांसाठी उपयोगी पडणारे इंटरनेट एक्स्प्लोरर, नेटस्कॅप नेव्हिगेटरसारखे जीयुआय आधारित हायपरटेक्स्ट ग्राहक कार्य.

Browsing - the process of viewing a list of shared resources / files / folders. संगणकावर साधन वाटणी / संचिका / यांची यादी पाहण्याची प्रक्रिया.

Burst - a sequence of signals counted as one unit in accordance with some specific criterion. काही विशिष्ट गोष्टीमुळे - एक घटक म्हणून मोजला जाणारा संदेशाचा एक क्रम.

BTA (Basic Trading Area) - an area of "footprint' in which an entity is licensed to transmit its frequencies. अधिकृतरीत्या लहरींचे प्रक्षेपण करणारे 'फूट प्रिंट' चे क्षेत्र.

Buffer - a storage area used for handling data in transit. प्रक्रियेतील माहिती वापरण्यासाठी माहितीसाठ्याची असलेली जागा, माहिती साठविण्याची तात्पुरती जागा.

Bug - error in a computer programme which makes it run incorrectly. संगणकीय आज्ञावली अयोग्य तऱ्हेने सुरू असण्यासाठी कारणीभूत असणारी चूक.

Built-in - that is already included in a system. व्यवस्थेमध्येच समाविष्ट असलेले.

Bulletin board system - a computerized meeting and announcement system, allows people to carry on discussions, upload / download files and make announcements to the computer at the same time. बैठक व जाहीर करण्याची यांत्रिक पद्धत यांमध्ये लोक संभाषण चालू ठेवू शकतात. काही गोष्टी लोकांच्या सहभागाशिवाय एकाच वेळी संगणकावर जाहीर करू शकतात, संचिकांच्या प्रती पाठवू/मिळवू शकतात.

Bus - an electronic pathway इलेक्ट्रॉनिक मार्ग.

Bus topology - a network configuration in which all devices are connected via one primary trunk cable. एका मूलभूत तारेद्वारे जाळ्यातील सर्व जोडलेली साधने.

B2B (Business to Business) - a mode of conducting business between two or more companies over the internet rather than traditional modes. परंपरागत प्रथेपेक्षा महाजाळ्यावर दोन किंवा अधिक कंपन्यांमध्ये प्रस्थापित केलेले संबंध.

Byte - amount of memory needed to store one character such as letter or number. अक्षर किंवा अंक यासारखा एक भाग संग्रहित करण्यासाठी स्मृतिमंजूषेतील आवश्यक असलेली जागा आठ बिट मिळून एक होणारे बाइट.

Byte-oriented protocol - a class of datalink communications protocols which uses a specific character from user character set to delimit frames. रूपरेषेला मर्यादा घालण्यासाठी उपभोक्त्याच्या अक्षरसंचातून विशिष्ट अक्षरांचा उपयोग करण्यासाठी वापरलेला माहितीवर्गाच्या संप्रेषणाचा नियमसंच.

Byte reversal - a process of storing numeric data with the least significant byte first. कमी महत्त्वाचा बाईट/बिट प्रथम घेऊन अंकीय माहिती संग्रहित करण्याची पद्धत.

C

Cable modem - device used to connect PC to a local cable TV line and receive data at higher rates than ordinary telephone modems. संगणक स्थानिक दूरचित्रवाणीच्या केबल ताराशी जोडण्याचे एक साधन. यामुळे मिळणाऱ्या माहितीचा वेग सामान्य दूरध्वनी मोडेमपेक्षा जास्त असतो.

Cable modem - it is device which is placed at subscriber locations to convey data communication on a cable television system. दूरदर्शनच्या तारा केबल पद्धतीमध्ये हे साधन सभासदाच्या जागेवर बसविलेले असते. माहितीच्या संप्रेषणासाठी याचा उपयोग होतो.

Cable television - broadband coaxial or fibre optic cable is used to deliver multiple video signals to TV set. ब्रॉडबँड कोऑक्सिएल किंवा फायबर ऑप्टिक तारा अनेकविध दृश्य सिग्नल्ससाठी वापरल्या जातात. याचा दूरदर्शन-संचासाठी उपयोग होतो.

Cache - 1) a storage area holds data in order to expedite data retrievals and usage. माहितीची जलद पुन:प्राप्ती आणि वापर करणारे माहितीचे साठाक्षेत्र स्मृतिमंजूषा, 2) Section of a high speed memory which stores data that the computer can access quickly उच्चगतीचा स्मृतिमंजूषेचा भाग. माहिती साठ्यामध्ये संगणकाला जलद प्रवेश मिळवून देणारा उच्च गतीच्या स्मृतिमंजूषेचा भाग.

CAD (Computer Aided Design) - use of a computer and graphics terminal to help a designer in his work संगणकाचा आणि आकृत्यांच्या त्याच्या कामामध्ये मदत करणारा कल्पक.

Call - a connection between a remote system and LAC. (L2 TP Access concentrator) रिमोट पद्धती व लॅक यांमधील जोडणी.

Call leg - discrete segment of a call connection. कॉल जोडणीचे वैयक्तिक वेगवेगळे भाग.

Call priortiy - priority assigned to each origination port in circuit - switched systems. सर्किट स्विच व्यवस्थेमधील प्रत्येक पोर्टला दिलेले अग्रस्थान.

CAM (Computer Aided Manufacture) - use of a computer to control machinery or assist in a manufacturing process. उत्पादनप्रक्रियेमध्ये मदत करण्यासाठी किंवा यंत्रावर नियंत्रण ठेवण्यासाठी केलेला संगणकाचा उपयोग.

Canonical - to abide by the rules नियमानुसार, नियमाला धरून.

Capacity planning - a process of determining current usage of server / network resources. साठा / जाळे यांच्या साधनांचा चालू वापर करण्याची निश्चित प्रक्रिया.

CAR (Committed Access Rate) - CAR and DCAR (distributed CAR) services limit the input / output transmission rate on an interface / subinterface based on a flexible set of criteria. कसोटीच्या लवचिक संचावर आधारित संपर्क / उपसंपर्क यावरील समावेशित / संस्करण विभाग यांच्या प्रक्षेपणाचा वेग मर्यादित करणाऱ्या सीएआर / डीसीएआर सेवा.

Carrier - alternating current of a single frequency / an electromagnetic wave suitable for modulation by another data bearing signal. संदेशाच्या लहरींचा चालू पर्याय / इलेक्ट्रोमॅग्नेटिक वेव्ह दुसऱ्या वेव्हवर तिची योग्य कंपनसंख्या बदलावी

carrier sense multiple access - a system in which devices on a network listen for other signals on the media before transmitting. जाळ्यावरील संदेशाचे प्रक्षेपण होण्यापूर्वी इतर संदेशांचे ग्रहण करणाऱ्या पद्धतीमधील साधने.

Cartridge - removable device made of a closed box, containing a disk, tape etc. बदलता येणारी साधने उदा. बंद पेटी, तबकडी, फीत इ.

CAS (Channel Associated Signaling) - transmission of signaling information within the voice channel. आवाजाच्या वाहिनीमध्ये माहितीच्या संदेशाचे केलेले प्रक्षेपण.

Case dependent - software differentiation between upper and lower case characters. कॅपिटल (मोठ्या) आणि स्मॉल (लहान) अक्षरांमध्ये केलेला भाषावलीचा फरक.

Case sensitive - a login name or password meanting that the name / password must be entered in upper or lower case order to gain access. संगणकामध्ये संबंधित नाव किंवा प्रवेशासाठी टंकलिखित करावा लागणारा संकेतशब्द. जो कॅपिटल वा स्मॉल या पद्धतीने टंकलिखीत करावयाचा आहे.

Catenet - a network in which hosts are connected to diverse networks which themselves are connected with routers. अनेक भ्रमणमार्गाशी जोडलेल्या

भिन्न जाळ्यांना मुख्य संगणकांची जोडणी केलेले जाळे.

CATV (Cable Telvission) - a communication system in which multiple channels of programming material are transmitted to homes using broadband coaxial cable. ब्रॉडबँड कोॲक्सिअल तारांचा उपयोग करून अनेक वाहिन्यांतर्फे आज्ञावलीचे साहित्य प्रक्षेपित करण्याची एक पद्धत.

CBAC (Context Based Access Control) - Protocol that provides internal users with secure access control for each application and for all traffic across network perimeters. उपभोक्त्यासाठी सर्व वाहतुकीच्या पलिकडे जाळ्याच्या परिमितीसाठी आणि प्रत्येक कार्यासाठी अंतर्गत सुरक्षित प्रवेश नियंत्रक असलेला नियमसंच.

CCD (Charge Coupled Device) - an integrated micro-electrical light sensing device built into some image capturing devices. काही मोठ्या प्रतिमा मिळविणाऱ्या साधनांमध्ये बसविलेले सलग मायक्रो इलेक्ट्रिकल प्रकाशाचे ज्ञान देणारे साधन.

CCITT (Consultative Committee for International Telegraph and Telephone) - an international organization responsible for the development of communication standards. संप्रेषणाची प्रमाणके विकसित करणारी आंतरराष्ट्रीय संस्था.

CCN unit - Continuous Control Node unit. बिंदूंचे सलग नियंत्रण करणारे घटक.

CCS (Common Channel Signaling) - it is used in a telephone network that separates signaling information from user data. दूरध्वनीच्या जाळ्यासाठी उपयोगी असणारी आणि उपभोक्त्याच्या माहितीपासून माहितीचे संदेश वेगळे करणारी पद्धत.

CD (Compact Disk) - stores large amount of data. खूप माहिती सामावणारी तबकडी.

CDB (Call Detail Block) - consists of several call data elements. निरोपाचे अनेक माहिती घटक असलेला तुकडा.

CDE (Call Detail Element) - data element which includes a basic information field within a billing record. देयकाच्या नोंदीमध्ये मूळ माहितीची जागा अंतर्भूत असणारे माहिती घटक.

CDF (Channel Definition Format) - Technology for 'Push' application on the world wide web. बृहत परिसर जाळ्यातील 'पुश' कार्याचे तंत्र

CDPD (Cellular Digital Packet Data) - two way wireless communication over high frequency cellular telephone channels. जलद

लहरीच्या सेल्युलर दूरध्वनी वाहिनीतील दोन्ही बाजूंनी होणारे दोन प्रकारचे ताराविरहित संप्रेषण.

CDR (Call Detail Record) - a record written in a database for use in post processing activities. प्रक्रियेनंतरच्या कार्यामध्ये आधारभूत माहिती सामग्रीतील नोंदींचा होणारा उपयोग.

CD-ROM - Compact Disk Read only memory. स्मृतिमंजूषेवर वाचता येणारी तबकडी.

CE Router (Customer Edge Router) - a part of a customer network which interfaces to a provider edge. देणाऱ्याच्या टोकाशी संपर्क साधणारा सभासदाच्या जाळ्यातील एक भाग.

CED (Caller Entered Digits) - Digits entered by a caller on a touchtone phone in response to promots. बढती देण्यासाठी अंकांनी कॉलरद्वारा टचटोनमध्ये केलेला प्रवेश.

Cell - basic data unit for ATM switching and multiplexing. Cells contain identifiers that specify data stream to which they belong. एटीएम जोडणीसाठी आणि अनेकविध मूळ माहितीचे असलेले घटक. माहितीच्या प्रवाहाचे मूळ स्थान ओळखणारे व त्याचे स्पष्टीकरण करणारे सेल.

Cell - single memory location capable of storing a data word accessed by an individual address. वैयक्तिक पत्त्यामार्फत प्रवेश मिळवून देणारी, माहितीचा शब्द संग्रहीत करण्याची क्षमता असलेली एकेरी स्मृतिमंजूषेची जागा.

Cell relay - network technology based on the use of small fixed-size packets. लहान आकारबद्ध पॅकेटच्या उपयोगावर आधारित जाळे तंत्रज्ञान.

Cellular radio technology - uses radio transmissions to access telephone company networks. दूरध्वनी कंपनीच्या जाळ्यामध्ये प्रवेश करण्यासाठी आकाशवाणी प्रक्षेपणाचे तंत्र.

Central memory - area of memory whose locations can be directly and immediately addressed by the CPU. मध्यवर्ती कार्यप्रणालीकडून जलद आणि प्रत्यक्ष पत्त्यांची स्थाने असलेली मध्यवर्ती स्मृतिमंजूषा.

Central processing unit - control unit, arithmetic logic unit and computer system are together known as central proccessing unit. It is responsible for activating and controlling the operations of other units of the computer system. नियंत्रण घटक, गणिती तर्क आणि संगणकीय पद्धत या सर्वांना मिळून मध्यवर्ती कार्यप्रणाली म्हटले जाते. संगणकीय व्यवस्थेतील इतर

घटकांची कार्ये सुरळीत चालू ठेवून त्यांच्यावर नियंत्रण ठेवण्याचे काम करण्यासाठी जबाबदार असणारी मध्यवर्ती कार्यप्रणाली.

Centralized computer network - network with processing power provided by a central computer. मध्यवर्ती संगणकाकडून प्रक्रिया करण्याची शक्ती मिळालेले जाळे.

Centralized computing - a network which stores and processes all information on a server. माहितीच्या साठ्यामध्ये सर्व प्रकारची माहिती संग्रहित व संस्कारित केलेली असते असे जाळे.

Certificate - digital representation of user. उपभोक्त्याचे अंकीय सादरीकरण.

CGI (Common Gateway Interface) - a method of running an executable script / programme from a web server. वेब साठ्यावरून आज्ञावली / लेखन चालू / संपर्क करण्याची पद्धती.

Cgi - bin - common name of a directory on a web server in which common gateway interface programmes are stored. सामान्य संपर्क आज्ञावली ज्यामध्ये संग्रहित केलेल्या असतात अशा वेब साठ्यातील निर्देशिकेचे नाव.

Chain letter - a form of spam asks subscriber to distribute the letter to many other people. सभासदाला ते पत्र लोकांना वितरित करण्यास सांगणारा दोन शब्दांपासून तयार केलेला शब्द.

Channel - 1) Specific path between large computers and attached peripheral devices. मोठ्या संगणकामध्ये विशिष्ट असलेला मार्ग आणि संबंधित साधने. 2) Communication path wide enough to permit a single RF transmission. एकेरी आर एफ प्रक्षेपणाला मान्यता देणारा प्रक्षेपणाचा रुंद मार्ग.

Channel attached - attachment of devices directly by data channels to a computer. संगणकाला माहितीवाहिनीद्वारा प्रत्यक्ष जोडलेली साधने.

Channel group - collection of twelve channels treated as one group in a multiplexing system. अनेकविध पद्धतीतील बारा वाहिनींचा संग्रह असलेला एक गट.

Character - graphical symbol which appears as a printed or displayed mark such as alphabets, punctuation mark. मुद्रित किंवा प्रदर्शित चिन्हे उदा. अक्षरे, विरामचिन्हे यांसारख्या दिसणाऱ्या आकृतिमय खुणा.

Charge - coupled device - an integrated micro electrical light sensing component built into images capturing devices such as scanners. मायक्रो इलेक्ट्रिकल प्रकाशाचे घटक असणारी प्रतिमा पकडणारी साधने उदा. स्कॅनर.

Charger - character generation a service that sends a continual stream of characters until stopped by the client. ग्राहकाने बंद करेपर्यंत या सेवेमार्फत चालू राहणारा अक्षरांचा अखंड ओघ.

Charset - short for character set. Different character sets are used for different purposes. अक्षरांच्या संचांची कमतरता. वेगवेगळ्या हेतूंसाठी वेगवेगळे अक्षरांचे वापरले जाणारे संच.

Chat - a method of talk live with others over a network by typing messages on keyboard. संगणकाच्या कळपट्टीवर संदेश टंकलिखित करून जाळ्यावर प्रत्यक्ष संभाषण करण्याची पद्धत.

Chat room - electronic space / website or section of an online service, where people can communicate online in real time. प्रत्यक्ष सेवेतील इलेक्ट्रॉनिक जागा / लोक प्रत्यक्ष संप्रेषण करू शकतील असे जाळ्याचे संकेत स्थळ किंवा विभाग.

Chat script - string of text which defines the login 'Conversation' that occurs between two system. दोन पद्धतींमधील संभाषण सुरू ठेवणारी मजकुराची मालिका.

Chatting - an informal conversation गप्पागोष्टी.

Checksum - method for checking the intergrity of transmitted data प्रक्षेपित झालेल्या माहितीची सलगता तपासणी करण्याची पद्धत.

Child - refers to a process, frame, class / window that has been spawned by a parent window / frame / class. मूळ विन्डो / स्वरूप आकार / श्रेणी यांच्याकडून अनेक संख्येने निर्माण झालेले प्रक्रिया / स्वरूप / श्रेणी.

Chip - a thin silicon film on which electronic components are deposited in the form of integrated circuits. इलेक्ट्रॉनिक घटक अंतर्गत असलेला अतिशय पातळ सिलिकॉनचा पापुद्रा.

CID (Craft Interface Device) - PC based interface that enables the performance of local maintenance operations. स्थानिक देखभालीची कार्ये पार पाडणारा वैयक्तिक संगणकाधिष्ठित संपर्क.

Ciphertext - data has been transformed by encryption so that its semantic information content is no longer directly available. माहितीतील शब्दार्थांचा उगम व विकास जास्त काळ उपलब्ध नसतो म्हणून माहितीचे सांकेतिक लिपीतून केलेले प्रक्षेपण.

Circuit group - grouping of associated serial lines that link to bridges. पूल जोडणाऱ्या अनेक लाइन्सच्या मालिकांचा गट.

Circuit switching - a dedicated connection made between two communicating devices on a network. जाळ्यातील दोन संप्रेषणांच्या साधनांची जोडणी.

Clear channel - it uses out of band signaling so that entire bit rate of channel is available. संपूर्ण वाहिनीच्या बिटचा वेग उपलब्ध होण्यासाठी बँडच्या पलिकडील संदेशासाठी वाहिनीचा केलेला उपयोग.

CLEC (Competitive Local Exchange Carrier) - a company operates communication networks in metropolitan areas and provides its customers with an alternative to the local telephone company. शहरातील क्षेत्रामध्ये कंपनी संप्रेषणाची जाळी कार्यरत करते त्याचवेळी तिच्या सभासदांना स्थानिक दूरध्वनी कंपनीचा उपलब्ध करून दिलेला पर्यायी वाहक.

CLEI (Common Language Equipment Identifier) - Standarad code used by suppliers to identify equipment parts and system configurations. साधनांच्या भागासाठी, पद्धतीसाठी वापरला जाणारा, पुरवठादाराकडून प्रमाणित संकेत शब्द.

Clickable image - any image that has instructions embedded in it so that clicking on it initiates some kind of action / result. कोणत्याही प्रतिमेमध्ये सूचना खोलवर रुजविलेल्या असणे त्यामुळे त्यावर क्लिक केले असता त्या प्रतिमेत काही क्रिया किंवा परिणाम यासाठी केलेली सुरवात.

Click-through - is registered whenever a viewer clicks on a banner advertisement. दर्शक जेव्हा फलकावर जाहिरातीवर क्लिक करतो तेव्हा त्याची घेतली जाणारी नोंद.

CLID (Calling Line ID) - information about the billing for telephone number from which a call orignited. ज्या ठिकाणाहून कॉल आला असेल त्या देयकाविषयी दूरध्वनी क्रमांकाविषयीची माहिती.

Client / server computing - a distributed computing network systems in which transaction responsibilities are divided into two parts client and server. ग्राहक आणि साठा या दोहोमध्ये विभागली जाणारी व्यवहाराची जबाबदारी असणाऱ्या विभाजित जाळ्याची व्यवस्था.

Client / server model - to describe network services and the model user processes for those services. जाळ्याच्या सेवांचे आणि त्या सेवांच्या आज्ञावली यांचे वर्णन.

Client / server relationship - a client application is one that resides on user's computer but sends requests to a remote system to execute a designated procedure using arguments supplied to the user. उपभोक्त्याच्या

संगणकाच्या ठायी असून दूरस्थ व्यवस्थेला विशिष्ट कामासाठी कार्यपद्धतीचा वापर करून चर्चा (मुद्दे) पाठविण्याची विनंती करणारा एक ग्राहक उपयोग

Clipboard - an area used to temporarily store, cut or copy information. कापून तयार केलेली माहिती किंवा माहितीच्या काढलेल्या प्रती संग्रहित करण्याचे तात्पुरते क्षेत्र

Clipping - a conversion of all tones lighter than a specific grey level to white or darker than specific grey level to black causing loss of detail तपशिलाच्या तोट्यामुळे विशिष्ट करड्या रंगाचे काळ्या रंगामध्ये किंवा पांढऱ्या किंवा गडद रंगामध्ये, सर्व फिक्या छटांमध्ये होणारे रूपांतर

CLNS - Connectionless Network Service - OSI network layer service that does not require a circuit to be established before data is transmitted ओ एस आय जाळ्याच्या सेवेला माहितीप्रक्षेपणासाठी सर्किटची गरज भासते.

Cloning - creating and configuring a virtual access interface by applying a specific virtual template interface. विशिष्ट आभासी नमुन्याच्या संपर्काचा उपयोग करून निर्माण केलेला आणि अंतर्गत जोडलेल्या भागातील आभासी प्रवेशाचा संपर्क.

CLTP (Connectionless Transport Protocol) - Provides end to end transport data addressing and error control but can not guarantee delivery or flow control शेवटापासून शेवटापर्यंत माहितीच्या पत्त्यावर वाहतूक आणि चुकांचे नियंत्रण करणारा पण वितरणाची आणि प्रवाहाच्या नियंत्रणाची खात्री न देणारा जोडणीविरहित वाहतूक करणारा नियमसंच.

Cluster - several servers are interconnected to balance a load on a network. जाळ्यावरील भार प्रमाणात राखण्यासाठी त्यातील अनेक अंतर्गत जोडलेले माहिती साठे.

Cluster controller - an intelligent device that provides the connections for a cluster of terminals to a data link. माहितीच्या दुव्याच्या उपसंगणकाच्या समूहासाठी जोडणी करून देणाऱ्या बुद्धिमान साधनसमूहाचा नियंत्रक.

CMIP - Common Management Information Protocol. माहितीच्या सर्वसामान्य व्यवस्थापनाचा नियमसंच.

CMIS - Common Management Information Service माहितीच्या सर्वसामान्य व्यवस्थापनेची सुविधा / सेवा.

CMS - Colour Management System. This ensures colour uniformity across input and output devices so that final printed results match originals रंगव्यवस्थापनाची पद्धती अंतिम मुद्रित परिणाम मुळाशी जुळणारी समावेशित आणि संस्करणाच्या साधनापलिकडील रंगाची एकसारखी खात्री देणारी व्यवस्था

CMYK (cyan, magenta, yellow key) - a system which describes colours by giving the amount of each secondary colour along with key. It is used for printing. प्रत्येक दुय्यम रंगाचे प्रमाण गुरुकिल्लीसहित येऊन रंगांचे वर्णन करणारी व्यवस्था, मुद्रण कलेमध्ये या व्यवस्थेचा उपयोग केला जातो.

Coaxial cable - a networking cable with solid central conductor surrounded by insulator, in turn surrounded by a cylindrical shield woven from fine wires.

COBOL (Common Ordinary Business Oriented Language) - a programming language mainly used in business applications. मुख्यत: उद्योगधंद्यामध्ये वापरली जाणारी आज्ञावलीची एक भाषा, व्यवसायाभिमुख संगणकीय भाषा

Codec - Coder and decoder - integrated circuit device that uses pulse code modulation to transfrom analog signals in a digital stream bit and digital signals back into analog signals.

Cold boot - process of restarting operating system which includes turning off the power of the computer and then back on.

Collaborative computing - a network allows each of the client computers to cooperate and process the same information. जाळ्यातील प्रत्येक ग्राहक संगणकाला समान माहितीशी सहकार्य व प्रक्रिया करण्यास मान्यता देणारे जाळे.

Collapsed backbone - nondistributed backbone in which all network segments are interconnected by way of interworking device. अंतर्गत काम करणाऱ्या साधनाच्याकडून जाळ्यातील अंतर्गत भाग जोडणी करणारा न विभागलेला आधारस्तंभ.

Collision - in Ethernet, the result of two nodes transmitting simaltaneously. दोन बिंदूंनी एकाचवेळी प्रक्षेपण करण्याचा इंटरनेटमधील परिणाम

Collision detection - a method in which computers transmit data over a network, as soon as they have data to send and then check to see whether their transmission has suffered a collision with data of another computer. संगणक जाळ्यामध्ये माहिती प्रक्षेपित करतात. ज्यावेळी ही माहिती पाठविली जाते तेव्हाच ह्या प्रक्षेपणाला दुसऱ्या संगणकाच्या माहितीकडून विरोध होऊन नुकसान होते काय हे पाहण्याची / तपासण्याची पद्धत.

Colour graphics adaptor - earlier IBM hardware, video display standards formerly used in IBM PCS. पूर्वी आय बी एम संगणकामध्ये वापरली जाणारी प्रमाणित दृश्ये प्रदर्शित करणारा संस्करण विभाग.

COM - This extension on the end of an e-mail address user @ domain. It tells about the host. इलेक्ट्रॉनिक यंत्रणेवर चालणारी संगणकावरील एका संदेशवहनपद्धतीच्या शेवटी विस्तारणारा उपभोक्त्याचा पत्ता. हा पत्ता मुख्य कोण आहे हे सांगतो.

Command - a string of characters which instruct a programme to perform a specific action. आज्ञावलीला एक विशिष्ट कार्य करण्यासाठी सूचना देणारी अक्षरांची ओळ.

Command interpreter - a programme which reads textual commands from the user / file and executes them. उपभोक्त्याकडून आलेल्या मजकूर-विषयक आज्ञा / संचिकेतील आज्ञा वाचून त्या कार्यान्वित करणारी आज्ञावली.

Commerce server - a web server which contains the software necessary for processing customer order via web. ग्राहकाच्या मागण्यांची प्रक्रिया जाळ्याद्वारे केली जाणारी जाळ्याच्या माहितीसाठ्यात असलेली आज्ञावली.

Common carrier - Licensed private utility company that supplies communication services to the public at regulated prices. योग्य दरामध्ये जनतेला संप्रेषणाच्या सुविधा प्राप्त करून देणारी अधिकृत कंपनी.

Common gateway interface - a set of rules that describes how a web server communicates with another piece of software on the same machine and how the other piece of software talks to the web server. एकाच यंत्रावर वेब जाळ्याचा माहितीसंग्रह दुसऱ्या आज्ञावलीच्या तुकड्याबरोबर कसे संप्रेषण करतो आणि आज्ञावलीचे इतर तुकडे जाळ्याच्या संग्रहाशी कसे संभाषण करतात हे वर्णन करणारा नियमांचा संच.

Communication channel - a medium through which two or more networks can communicate with each other. संप्रेषणवाहिनी दोन किंवा अधिक जाळ्यांद्वारा एकमेकांशी संप्रेषण करणारे माध्यम.

Communication line - a physical line which connects one or more devices to one or more devices. एक किंवा अधिक साधने एक किंवा अनेक साधनांशी जोडणारी एक नैसर्गिक लाइन.

Communication link - physical path that joins a trasmitter to a receiver प्रक्षेपक आणि मिळविणारा यांना जोडणारा मार्ग संप्रेषण दुवा.

Communication port - it is used to connect serial devices such as mice and modems to computers and electronic devices. अनेक माऊस आणि मोडेम संगणकाला आणि इलेक्ट्रॉनिक साधनांना जोडण्यासाठी वापरली जाणारी साधनांची मालिका.

Communication server - communications processor that connects asynchronous devices to a LAN or WAN through network and terminal emulation software जाळ्याद्वारे उपसंगणकाच्या आज्ञावलीशी आणि एकाच वेळी स्थानिक क्षेत्रीय जाळे किंवा बृहत् क्षेत्रीय जाळ्याच्या साधनाशी जोडणारा संप्रेषण प्रक्रियाकार (संप्रेषण साठा)

Communication system - means of sending or receiving information system such as telephone lines or computer. माहिती मिळविण्याच्या व पाठविण्याच्या साधनांची व्यवस्था उदा. संप्रेषण पद्धती, टेलिफोन लाइन्स, संगणक.

Communication network - group of devices such as terminals and printers that are interconnected with a central computer. मध्यसर्ती संगणकाशी जोडलेला साधनांचा गट उदा अंतर्गत जोडणीचा उपसंगणक, मुद्रणयंत्र संप्रेषण जाळे.

Community - a logical group of managed devices. व्यवस्थित साधनांचा एक तार्कीक गट

Community string - text string that acts as a password and is used to authenticate messages sent between a management station and router containing on SNMP agent. संकेत शब्दाप्रमाणे काम करणारी आणि एसएनएमपी एजंटचा समावेश असलेला मार्ग आणि व्यवस्थापनाचे ठिकाण यांच्यामध्ये अधिकृत संदेश पाठविण्यासाठी वापरली जाणारी मजकुराची मालिका.

Comp - newsgroups concerned with computers. संगणकाशी संबंधित वार्तागट

Compact disc - a 4.72 inches disc. one disc can store up to 640MB of uncompressed data. ४.७२ इंचांची ६४० एमबी माहिती समाविष्ट करता येईल अशी तबकडी.

Compact disk - interactive - an embedded application on a CD-ROM which allows limited interaction with films, games and educational applications. चित्रफिती, खेळ आणि शैक्षणिक कार्यामध्ये मर्यादित अंतर्गत कार्य करण्यास परवानगी देणारे सीडीरोमवरील एक कार्य.

Compact disk - recordable - a write once version of a CD-ROM. They can only be written on by a CDR or CD - RW drive सीडीआर किंवा सीडी-आर डब्लू वाहकाकडून फक्त लिहिली जाणारी सीडी रोमची आवृत्ती

Compact disk - rewritable - a version of a CD - Rom that allows data to be rewritten on it multiple times अनेक वेळा माहिती पुन्हा लिहिण्याची क्षमता असलेली सीडीरोमची आवृत्ती.

Compact disk filing system - enables access to compact disc directory structure and file retrieval. संचिकाची प्रतिप्राप्ती आणि कॉम्पॅक्ट तबकडीच्या निर्देशिकेच्या रचनेमध्ये प्रवेश मिळवून देणारी व्यवस्था.

Compact Storage - a small area of a disc on which digital information is stored. अंकीय माहिती साठविलेली तबकडी / क्षेत्र आटोपशीर साठा.

Compiler - a piece of software that converts a programme from its source language into another programming language आज्ञावली तिच्या साधनाच्या भाषेतून दुसऱ्या आज्ञावलीच्या भाषेत रूपांतर करण्याचा आज्ञावलीचा एक तुकडा.

Complete binary tree - a decision tree where all branches, with the exception of the bottom, are completely filled with nodes. तळ सोडून बिंदूंनी पूर्णपणे सर्व शाखा (फांद्या) भरलेले निर्णयाचे द्विअंकीय झाड

Complete trust domain model - a decentralized domain model that consists of two or more domains that contain both user accounts and shared resources. दोन किंवा अधिक कार्यक्षेत्रांनी बनलेले आणि उपभोक्त्याचे खाते आणि साधनवाटणी समाविष्ट असलेले विश्वसनीय विभाजित आदर्श कार्यक्षेत्र.

Compress - to decrease the size of a file संचिकेचा आकार कमी करणे.

Compression ratio - a size that a file or group of files have been compressed down to in relation to their uncompressed size. आकाराने मोठ्या संचिका किंवा संचिकांचा गट आकाराने कमी करावयाचे प्रमाण.

CAD - Commputer Aided Design - a part of Computer Aided Engineering (CAE) concerning the drawing or physical layout steps of engineering design. अभियांत्रिकी शाखेतील आरेखन चित्रे किंवा नैसर्गिक नकाशे यांची संगणकाच्या साहाय्याने केलेली रचना / निर्मिती

CAE- Computer Aided Engineering - using computers to help with all phases of engineering design work. अभियांत्रिकी आरेखन कामात संगणकाची घेतलेली मदत.

Computer browser service - Window NT service is responsible for the process of building a list of available network servers called browse list. Role of computer will play in the browser hierarchy. शोधकाच्या श्रेणीमध्ये संगणकाची असलेली भूमिका उपलब्ध जाळ्यांच्या साठ्यांची यादी तयार

करण्याची प्रक्रिया, शोधकांची यादी तयार करण्याकरिता जबाबदार असणारी विन्डो एनटी सेवा.

Computer conferencing - computer users are allowed to freely or systematically interact to share ideas and concepts. संगणकाचे उपभोक्ते मोकळेपणाने पण पद्धतशीरपणे आपल्या कल्पना एकमेकांशी वाटतात, विचार-विनिमय करतात. यासाठी दृक् प्रोजेक्शन साधनांचा उपयोग केला जातो. त्यामुळे मोठ्या गटाला या परिषदेचा दृक सोहळा पाहता येतो.

Computer name - a unique name that is used to identify a particular computer on the network. जाळ्यातील संगणकाच्या ओळखीसाठी असलेले विशिष्ट नाव.

Computer Policy - a collection of registry settings created with system policy editor that specifies a configuration of a local computer. स्थानिक संगणकाच्या अंतर्गत भागांचे स्पष्टीकरण करणाऱ्या सिस्टिम पॉलिसी एडिटर बरोबर निर्माण केलेला रजिस्ट्रीच्या (कचेरी) रचनेचा संग्रह.

Computer search service - a fee based service offering access to more than 500 databases (science and social sciences) from which library can create customized bibliographies. पाचशे पेक्षा जास्त आधारभूत माहिती संच (विज्ञान व सामाजिक शास्त्रे) असलेली फीवर आधारित असलेली सुविधा / सेवा या आधारभूत माहितीसंचातून ग्रंथालयसूची बनवू शकतो.

Computers - powerful tool which can be programmed to manipulate symbols. कौशल्यपूर्ण खुणांची आज्ञावली वापरणारे महत्त्वाचे साधन.

Concentrator - a device that multiplexes low speed communications lines onto one high speed line, it can store and forward transmissions. संग्रह करणारी आणि प्रक्षेपण पुढे पाठविणारी उच्च गतीची लाइन, अनेक कमी गतीने संप्रेषण करणाऱ्या अनेक लाइन्स जोडणारे साधन

Configuration - components which make up a computer system. संगणक-पद्धतीसाठी लागणारे घटक

Configuration management - one of five categories of network management defined by ISO for the mangement of OSI network ओ एस आय जाळ्याच्या व्यवस्थापनासाठी आय एस ओ ने सांगितलेल्या जाळ्याच्या व्यवस्थापनाच्या पाच प्रकारांपैकी एक प्रकार, अंतर्गत भागांचे व्यवस्थापन.

Congestion - load of a data communication path exceeding its recommended capacity मान्यतेच्या क्षमतेपेक्षा माहितीचा जास्त बोजा असलेला संप्रेषणाचा मार्ग

Contention - access method in which network device compete for permission to access the physical medium. नैसर्गिक माध्यमामध्ये प्रवेश मिळविण्याच्या परवानगीसाठी स्पर्धा करणाऱ्या जाळ्यातील साधनांची पद्धत.

Contention - Based networking - a system that allows a device on a network to transmit whenever it needs to गरज लागेल तेव्हा प्रक्षेपणाची जाळ्यातील कोणत्याही साधनाला परवानगी देणारी पद्धत.

Contone - (CT) Continuous Tone सलग छटा

Control character - used to control such activities as printer vertical spacing movement of cursor on terminal screen etc. संगणकातील नियंत्रक अक्षर. मुद्रित यंत्राचे समासाचे उपसंगणकाच्या पडद्यावरील कर्सरच्या हालचाली इ. नियंत्रित करणारे अक्षर.

Control panel - a group of mini applications that are used to configure a windows (R) computer. संगणकाच्या विन्डो (R) च्या अंतर्गत भागांचा वापर करणारा छोट्या कार्यांचा गट.

Control unit - a unit which maintains order of the data inputted and directs the operation of the entire system. नियंत्रण घटक. संपूर्ण व्यवस्थेच्या कार्याला दिशा देण्याचे आणि माहितीच्या समावेशनाचा क्रम ठरविण्याचे कार्य करणारा घटक.

Conventional memory - refers to the first 640 KB of RAM particularly within the context of MS - DOS programming विशेषत: एम एस डॉस आज्ञावलीच्या संदर्भातील रॅमची पहिली ६४० केबी स्मृतिमंजूषा

Convergence - speed and ability of a group of internet working devices running a specific routing protocol to agree on the topology of an internet work after a change in that topology जाळ्याच्या अंतर्गत भौगोलिक कार्यक्षेत्रात बदल झाल्यानंतर जाळ्यातील अंतर्गत साधनांच्या गटाची गती व क्षमता यांनुसार स्वीकारलेला एक विशेष मार्गाचा नियमसंच

Conversion programme - the action of converging programme रूपांतर करणारी आज्ञावली.

Cookie - a piece of information sent by a web server to a web browser that the browser software is expected to save and to send back to the server whenever the browser makes additional request from the server. माहितीचा एक तुकडा जाळ्याच्या साठ्याकडून माहितीच्या शोधकाकडे पाठविला जातो. माहितीशोधकाच्या आज्ञावलीने तो साठवून ठेवावा व परत माहिता-साठ्याकडे पाठवावा अशी अपेक्षा असते. माहितीशोधकाने माहितीसाठ्याकडे आणखी माहिती मागितली असता याचा उपयोग होतो.

Coprocessor - a special chip designed for particular task such as maths calculation, graphics on screen. विशिष्ट कामाच्या उद्देश्याने आरेखित केलेली चिप उदा. गणित, गणना,

CORAL (Common Real Time Application Language) - computer programming language used in a real time system. रियल टाइम व्यवस्थेमध्ये वापरली जाणारी संगणकीय आज्ञावलीची भाषा.

Core router - in a star topology, router is the backbone that serves as a single pipe through and within, all traffic from peripherial networks must pass on its way to other peripherial networks. एकरी नळीमधून आजूबाजूच्या जाळ्यांमधून संदेशांची वाहतूक होताना इतर आजूबाजूच्या जाळ्यांमार्फतही संदेशाची वाहतूक करणारा स्टार भौगोलिक क्षेत्रातील आधारस्तंभ असणारा मार्ग.

Cost - an arbitrary value based on hop count, media brandwidth or other measures, which is assigned by a network administrator and used to compare various paths through an internet work environment path cost. जाळ्याच्या अंतर्गत परिस्थितीतील अनेक मार्गांची तुलना करण्यासाठी वापरलेले जाळ्याच्या प्रशासकाने दिलेली होप काउंट, ब्रँडविडथचे माध्यम किंवा इतर प्रमाणे यांवर आधारित असलेले कथेचे मूल्य मार्गाचे मूल्य

Count to infinity - problem that can occur in routing algorithms that are slow to converge in which routers continuously increment the hop count to particular networks. विशेष जाळ्यांच्या मार्गामुळे होप काउंटमध्ये सतत होणारी वाढ त्यामुळे जवळ येण्यासाठी हळू झालेल्या मार्गाच्या नियमसंचात आलेल्या समस्या.

Country code - most countries are connected to the internet with two letter country codes by ISO 3166 जगातील बहुतेक देश हे महाजाळ्याशी दोन-अक्षरी देशाच्या सांकेतिक शब्दाने जोडलेले आहेत. ही सांकेतिक भाषा आंतरराष्ट्रीय प्रमाणक संस्थेने तयार केली आहे.

CP - Control point नियंत्रणबिंदू

CPE (Customer Premises Equipment) - Terminating equipment such as telephone terminals, modems supplied by telephone company, installed at customer's sites and connected to the telephone company network. दूरध्वनी मोडेम या गोष्टी दूरध्वनी टेलिफोन कंपनीकडून पुरविल्या जातात व ग्राहकाच्या जागेत बसविल्या जातात. या गोष्टी दूरध्वनी कंपनीच्या जाळ्याशी जोडल्या जातात.

CPU (Central Processing Unit) - group of circuits which perform the basic functions of a computer made up of three parts the control unit, the arithmetic and logic unit and input / out put unit. नियंत्रण घटक, गणिती आणि तार्किक घटक आणि समावेशन / संस्करण घटक या तीन भागानी बनलेला संगणकाची मूळ कार्ये पार पाडणारा सर्किटचा घटक.

Cracker - an unauthorized person who attempts to access computer system. संगणकाच्या व्यवस्थेमध्ये प्रवेश करणारी अनधिकृत व्यक्ती.

Cramming - practice of adding false charges to phone bills for calls that were never made. ग्राहकाच्या देयकामध्ये जे दूरध्वनी केलेच नाहीत त्यांचे खोटे मूल्य आकार लावण्याची पद्धत.

Crash - sudden drastic system failure एकाएकी पद्धती निकामी ठरणे.

Crash recovery - method of restoring data after a system has halted सुरू असलेली व्यवस्था थांबल्यानंतर माहिती पुन्हा संग्रहित करण्याची पद्धत.

Cross Docs - a unique central file distribution software for the healthcare industry. आरोग्यविषयक संदर्भासाठी असलेली व मध्यवर्ती संचिकेचे विभाजन करणारी वैशिष्ट्यपूर्ण आज्ञावली.

Cross talk - when a signal from one cable is leaked into another by an electrical field. विद्युत्संबंधित क्षेत्रामुळे एका वाहिनीकडून येणारा संदेश झिरपून दुसऱ्या वाहिनीमध्ये जाणे. संदेशामध्ये अडथळा निर्माण होणे.

Cross - platform - software that will work on more than one operating system and hardware configuration. संगणकीय आज्ञावली जी एकापेक्षा अनेक कार्यान्वित पद्धती आणि माहिती संस्करण विभाग यांमध्ये काम करते.

Cryptographic algorithm - which employs the science of cryptography सांकेतिक लिपीचे शास्त्र वापरणारा नियमसंच

Cryptography - a process of securing private information that is passed through public networks by mathematically scrambling it in a way that makes it unreadable to anyone except the person holding mathematical key. सार्वजनिक जाळ्यामधून माहिती गणितीय पद्धतीने अनाकलनीय (सांकेतिक) केली जाते कारण ज्याला गणितीय कळ माहिती आहे तोच फक्त ही माहिती वाचू शकेल. इतर कोणालाही त्या माहितीचे आकलन होत नाही अशा खासगी माहितीचे संरक्षण करण्याची प्रक्रिया सांकेतिक लिपी.

CSD box (Control Signal Distribution Box) - Bulkhead splitter box that distributes the clock and control system signals within a system.

व्यवस्थेतील घड्याळ आणि नियंत्रणव्यवस्थेचे संदेश यांचे विभाजन करणारा, घटक वेगळे करणारा बॉक्स

CSI (Called Subscriber Identification) - an identifier whose coding format contains the telephone number from a remote fax terminal दूरच्या फॅक्स टर्मिनलकडून आलेला दूरध्वनी क्रमांक असलेली सांकेतिक रूपरेषा समाविष्ट असलेले साधन

CSNET (Computer Science Network) - Large internetwork consisting primarily of universities, research institutions and commercial concerns. विद्यापीठे, संशोधनसंस्था व व्यापारी गोष्टीशी संबंधित असलेले मोठे अंतर्गत जाळे.

CSU (Channel Service Unit) - digital interface device that connects end - user equipment to local digital telephone loop. उपभोक्त्याच्या साधनाचे शेवटचे टोक स्थानिक अंकीय दूरध्वनीच्या तज्ज्ञांशी जोडणारे, अंकीय संपर्कसाधन वाहिनीची सेवा देणारे घटक.

Cursor - marker on a display device which shows where the next character will appear. पुढचे अक्षर कुठे दिसेल ती जागा दाखविणारे (खूण दाखविणारे) प्रदर्शन दाखविणारे साधन.

CXML - new set of document type definitions for the XML specification CXML works as a meta - language that defines necessary information about product एक्स एम एल वैशिष्ट्यासाठी दस्तऐवज प्रकाराप्रमाणे स्पष्टीकरण देणारा नवीन संच.

Cyberbunny - a person who knows absolutely nothing about computer but advises people. ज्याला संगणकाबाबत काहीही माहिती नाही ती व्यक्ती लोकांना संगणकाबाबत सल्ला देते.

Cybernetics - science of communications and automatic control systems in both machines and living things. यंत्र व सजीव प्राणी यांमधील संप्रेषण व स्वयंनियंत्रणपद्धतीचे शास्त्र.

Cyberspace - interconnected world of computers. संगणकांची अंतर्गत जोडणी असलेले जग, भ्रामक विश्व.

Cyclic redundancy check - method of detecting errors in the transmission of data. माहितीप्रक्षेपणातील चुका शोधण्याची पद्धत.

Cylinder - set of tracks on a multiheaded hard disk that may be accessed without head movement. हेडच्या हालचालीशिवाय प्रवेश करणारा मल्टिहेड असलेल्या हार्डडिस्कवरील ट्रॅकचा संच

D

DAC - 1) dual attached concentrator दुहेरी जोडलेला, 2) discretionary access control - दूरदर्शीपणाचा प्रवेश नियंत्रण

Daisy-wheel - wheel shaped printing head with characters on the end of spokes used in a serial printer. मुद्रणयंत्रामध्ये वापरला जाणारा प्रत्येक आऱ्याच्या शेवटी अक्षर असलेला चक्राच्या आकाराचा मुद्रणाचा भाग.

DAS - dual attachment station. Device attached to both the primary and secondary FDDI rings. दोन्ही बाजूने जोडता येणारे स्थळ, प्राथमिक आणि दुय्यम एफडीडीआय रिंगना (वर्तुळ) जोडलेले साधन.

DAT - digital audio tape, the most common tape used for backing up important computer data. अंकीय श्राव्य फीत महत्त्वाच्या संगणकीय माहितीची प्रत काढण्यासाठी उपयोगी सामान्य फीत.

Data - electronically stored information whether it is in storage / memory / in transit over network media साठा स्मृतिमंजूषा यामध्ये इलेक्ट्रॉनिक पद्धतीने संग्रहित केलेली कोणतीही माहिती.

Data acquisition - gathering data about a subject विषयासंबंधी उपयुक्त माहिती एकत्र करणे.

Data archives - a collection of basic information. मूलभूत माहितीचा जतन केलेला साठा.

Data bank - 1) large amount of data stored in a structured form रचनेच्या स्वरूपात मोठ्या प्रमाणात संग्रहित केलेली माहिती, 2) Personal records stored in a computer संगणकावर साठा केलेल्या वैयक्तिक नोंदी.

Data bus connector - used to connect serial and parallel cables to a data bus माहितीच्या बसला माला आणि समांतर वाहिनी जोडण्यासाठी वापरणारा जोडणीदार.

Data communication - transmission and reception of data rather than speech / images. भाषण / प्रतिमा यांच्यापेक्षा माहितीचे प्रक्षेपण आणि माहितीचा स्वीकार, मूलभूत माहितीचे संप्रेषण.

Data compression - means of reducing size of data by removing spaces, empty sections and unused material from the blocks of data. माहितीच्या ठोकळ्यातून निरुपयोगी साहित्य, रिकामे भाग, जागा काढून टाकणे या गोष्टींच्या आधारे माहितीचा आकार, कमी करणे म्हणजेच माहिती खच्चून भरणे.

Data corruption - errors introduced into data due to noise / faulty equipment साधनाच्या चुकीमुळे / आवाजामुळे माहितीमध्ये चुका होण्याची क्रिया.

Data entry - method of entering data into a system व्यवस्थेमध्ये माहिती समाविष्ट करण्याची पद्धत.

Data entry operator - a person who enters data into a system. व्यवस्थेमध्ये माहिती समाविष्ट करणारी व्यक्ती. माहिती नोंदवणारा.

Data flow - it represents a single TCP connection between two hosts. All traffic matching a specific combination of these values is grouped logically together into a data flow. दोन मुख्य संगणकांतील एकेरी टी सी पी जोडणी दाखविणे सर्व वाहतुकीतील जुळणारे त्या मूल्यांचे विशिष्ट मिश्रण तार्किकतेने एकत्रित करून माहिती प्रवाहामध्ये / गटामध्ये विभागणे.

Data link layer - second layer of OST model Purpose of this layer is to provide a reliable method of transmitting data across physical media ओ एस टी नमुन्याचा दुसरा स्तर प्राकृतिक माध्यमाच्या पलीकडे माहिती-प्रक्षेपणाची पद्धत पुरविणे हा या स्तराचा हेतू.

Data projector - a device for taking information on a computer monitor and projecting it on a large movie screen. संगणकाच्या पडद्यावरील माहिती घेऊन ती सिनेमासदृश मोठ्या पडद्यावर प्रक्षेपित करणारे साधन.

Data base - collection of information organized into records. नोंदीस्वरूपी माहिती असलेला आधारभूत व्यवस्थित संग्रह / साठा.

Database services - a network service responsible for maintaining distributed databases which are multihomed in entirely or in part. एकाच वेळी अनेक कार्ये करणारा संपूर्ण विभाग किंवा त्याचा भाग असलेल्या वितरित साधन सामग्रीच्या व्यवस्थेसाठी जबाबदार असणारी जाळ्याची सेवा.

Datagram - a segment of a file that has been broken into smaller pieces in order to be transported over a network media. जाळ्याच्या माध्यमातून वाहतुकीसाठी केलेले संचिकेच्या भागाचे लहान तुकडे.

Datagram packet switching - connectionless method of packet switching जोडणीविरहित संचजोडणीची पद्धत.

Dataplex - multiplexing of data signals. अधिक माहिती संदेश असणारा.

Data terminal - device that is able to display / transmit / receive data प्रदर्शित करणे / प्रक्षेपित करणे / घेणे याची क्षमता असलेले साधन.

Data transmission - process of sending data from one location to another over a data link. माहिती दुव्यामार्फत एका जागेकडून, स्थलाकडून दुसऱ्या स्थलाकडे माहिती पाठविण्याची प्रक्रिया.

Daughterboard - a circuit board that attaches to another circuit board such as motherboard. मदरबोर्डप्रमाणे एक सर्किट बोर्डची दुसऱ्या सर्किट बोर्डाशी केलेली जोडणी.

DB (Decibel) - unit for measuring relative power ratios in terms of gain or loss. नफा किंवा तोटा या शब्दात संबंधित शक्तीचे प्रमाण मोजण्याचे घटक.

DBMS (Database Management System) - series of programmes that allows the user to easily create and modify databases. आधारभूत माहिती-सामग्री निर्माण करण्याची किंवा त्यात बदल करण्याची परवानगी देणारी आज्ञावलींची मालिका.

DCC - 1) data communication channel. माहिती संप्रेषण वाहिनी, २) Data country code देशाचा माहिती संकेत शब्द.

DCE - 1) data communication equipment माहिती संप्रेषणाची साधने, २) Data circuit terminating equipment माहिती सर्किट थांबविणारे साधन.

DCN (Data Communications Network) - an out of band network that provides connectivity between network elements and their respective operations support systems जाळ्यातील घटक आणि त्या घटकाशी संबंधित कार्याच्या पूरक व्यवस्था यामधील जोडणी करून देणारे कक्षेच्या पलीकडचे जाळे.

DCOM (Distributed Component Object Model) - protocol that enables software components to communicate directly over a network. जाळ्यामध्ये प्रत्यक्ष संप्रेषण करणारा आज्ञावलीच्या घटकांना कार्यक्षम करणारा नियमसंच.

DCS - desktop colour seperation. टेबलावरील संगणकातील रंगाचे विभाजन.

DDM (Distributed Data Management) - software in an IBM SNA environment that provides peer-to-peer communication and file sharing. संगणक ते संगणक प्रक्षेपण आणि संचिका वाटणी देणारी आयबीएम एसएनए वातावरणातील आज्ञावली.

DDR (Dial - on - Demand Routing) - a router can automatically initiate and close a circuit - switched session as transmitting stations demand.

सर्किट जोडणी भागाच्या स्थळाच्या प्रक्षेपणाच्या मार्गाप्रमाणे यांत्रिकपणे आरंभ करणारा आणि बंद करणारा मार्ग.

DE (Discard Eligible) - if the network is congested DE traffic can be dropped to ensure the delivery of higher priority traffic. जाळ्यामध्ये फारच गर्दी झाली तर अति उच्च वाहतुकीचे वितरण थांबविण्याची खात्री देणारी डीई वाहतूक.

Deadlock - unresolved connection for the use of resources. साधनांच्या वापरासाठी निग्रही नसलेली जोडणी.

Decimal - number system using the digits 0 - 9 - ० ते ९ अंक वापरणारी क्रमांकाची दशमान व्यवस्था.

Decipher - 1) to convert an encoded message into plaintext. साध्या मजकुरामध्ये सांकेतिक भाषेतील संदेश रूपांतरित करणे, २) to read difficult handwriting अवघड, कठीण हस्ताक्षर वाचणे.

Decision tree - a listing of all possible outcomes of an expression. Decision trees are for boolen expression. समस्येच्या अनेक शक्य असणाऱ्या उत्तरांची यादी. गणिती समस्येसाठी होणारा निर्णयांचा उपयोग.

Decompression - expansion of files that have been compressed to minimize storage space. साठवणुकीची जागा कमी करण्यासाठी संकुचित केलेल्या संचिकांचा विस्तार करणे.

Decryption - Reverse application of an encryption algorithm to encrypted data thereby restoring that data to its original. सांकेतिक भाषेच्या विरुद्ध सांकेतिक भाषेतील माहिती पुन्हा मूळ स्वरूपात साठा करणारा नियमसंच.

Dedicated LAN - network segment allocated to a single device. एकेरी साधनाला वाटून दिलेला जाळ्याचा भाग.

Dedicated line - a telephone or data line that is always available and always connected. दूरध्वनी किंवा माहितीची ओळ जी नेहमी उपलब्ध व जोडलेली असते.

Default gateway - is a TCPLIP configuration setting which specifies the IP address of the router on the local network segment. स्थानिक जाळ्याच्या भागावर महाजाळ्याच्या नियमसंचाचा टीसीपी /आय पी तील निरनिराळ्या भागांचे स्थान स्पष्ट करणारा मार्ग.

Default user policy - a user policy which applies to all users, that don't have an individual user policy वैयक्तिक नसलेले पण इतर उपभोक्त्यांना लागू करता येण्यासारखे उपभोक्त्याचे धोरण.

Default user profile - a user profile created during the operating system installation process. कार्यान्वित पद्धतीच्या स्थापनेच्या प्रक्रियेच्या वेळी उपभोक्त्याचे निर्माण होणारे आत्मचरित्र.

DEK (Data Encryption Key) - used for the encryption of message text and for the computation of message integrity checks. संदेशाची अखंडता तपासण्यासाठी आणि संदेशातील मजकुराचे सांकेतिक भाषेत रूपांतर करण्यासाठी वापरलेली माहितीची कळ.

Delay - time between the initiation of transaction by sender and first response received by the sender. पाठविणाऱ्याचा व्यवहारातील औपचारिक प्रवेश आणि त्याला मिळालेली पहिली प्रतिक्रिया (उत्तर) यामधील वेळ.

Demand paging - a process used by memory manager that involves reading pages of memory from the paging of the file into RAM and writing pages of memory from RAM into the paging file as required by the operating system. कार्यान्वित पद्धतीला आवश्यक असलेली, स्मृति-मंजूषेतील रॅममधील पृष्ठांच्या संचिकेतील वाचनीय आणि लिखित पृष्ठे समाविष्ट असलेली स्मृतिमंजूषेच्या व्यवस्थापकाने वापरलेली प्रक्रिया.

Demodulation - a process of converting analog signals into digital form साधर्म्य संदेशाचे अंकीय स्वरूपात रूपांतर करण्याची पद्धत.

Demodulator - device for assembling signals after they have been received by an antenna. अँटेनाकडून आलेले संकेत जोडणारे साधन.

Demux (Demultiplexer) - it is used to separate two or more signals that were combined previously by a compatible multiplexer and are transmitted over a single channel. पूर्वी अनेक मूल्ये असणाऱ्या घटकाकडून एकत्र केलेले आणि एकेरी वाहिनीवरून प्रक्षेपित होणारे दोन किंवा अधिक संदेश वेगळे करण्यासाठी वापरले जाणारे साधन.

Densitometer - a measuring instrument which registers the density of transparent materials. पारदर्शी साहित्याची घनता मोजणारे साधन.

Density - brightness control to lighten or darken a printout to more closely reflect its screen appearance and to compensate for deficiencies in toner. टोनरमधील कमतरतेची भरपाई करणारा आणि पडद्यावरच्या स्वरूपाला अधिक जवळचे प्रतिबंध देणारे संगणकीय मुद्रित पान गडद किंवा फिका करणारा प्रकाशमान नियंत्रक.

DER (Distinguished Encoding Rules) - subset of Basic Encoding Rules which give exactly one way to represent any ASN. 1 value as an octet string. आठ संगीतकारांच्या गटातील दोरीप्रमाणे कोणतेही ए एस एन १ चे एकाच दिशेने यथार्थ सादरीकरण करण्यासाठी मूळ सांकेतिक लिपीच्या नियमांचा उपसंच.

Designated bridge - it incurs the lowest path cost when forwarding a frame from segment to the root bridge. जेव्हा भागापासून चौकट मूळ पुलाकडे पाठविली जाते तेव्हा सर्वात खालचा, कमी मूल्याचा ओढवून घेतलेला भाग.

Desktop - the screen that is displayed after windows boots and log on. विंडो सुरू केल्यानंतर आणि संगणक आज्ञावलीशी जोडल्यानंतर त्याचे प्रदर्शन होणारा पडदा.

Desktop computer - a personal computer वैयक्तिक संगणक.

Desktop operating system - designed to be used by an individual user and not for network server. उपभोक्त्यासाठी आरेखित केलेली कार्यान्वित पद्धती. ही पद्धती जाळ्याच्या साठ्यासाठी उपयोगी नाही.

Desktop publishing - designing, proofing and publishing printed media on a computer संगणकावर केलेले मुद्रित माध्यमाचे आरेखन, कच्चे मुद्रण आणि प्रकाशन.

Destination - place or data to which some data is sent माहिती / काही गोष्ट पाठविण्याची जागा / स्थळ.

Deterministic load distribution - technique for distirbuting traffic between two bridges across a circuit group सर्किट गटाच्या पलीकडे असलेल्या दोन पुलांमधील वाहतूक वितरणाचे तंत्र.

Deterministic network - it determines transmission order of devices on the network. जाळ्यातील साधनांच्या प्रक्षेपणाची आज्ञा निश्चित करणारे जाळे.

Device - any machine or component which attaches to a computer. संगणकाला जोडलेले कोणतेही यंत्र किंवा भाग.

Device driver - software to control a hardware component, peripheral device of a computer. माहितीची प्रक्रिया करणाऱ्या भागावर नियंत्रण करणारी आज्ञावली.

DHCP (Dynamic Host Configuration Protocol) - It provides a mechanism for allocating IP addresses dynamically so that addresses can be reused when hosts no longer need them. मुख्य संगणकातील गतिशील निरनिराळ्या भागांचा नियमसंच. जो महाजाळ्याचे पत्ते गतिशील तऱ्हेने मिळण्याची यंत्रणा देतो. त्यामुळे जरी मुख्य संगणकाला जास्त वेळ त्या पत्त्याची आवश्यकता भासली नाही तरी ह्या पत्त्यांचा परत उपयोग करता येतो.

Dial backup - feature that provides protection against WAN downtime by allowing the network administrator to configure a back-up serial line through circuit switched connection. सर्किट स्विचच्या जोडणीद्वारा संगणकातील माहितीची जादा प्रत काढणाऱ्या मालिकेच्या ओळीची रचना करण्याची जाळ्याच्या व्यवस्थापकाला परवानगी देऊन बृहत् क्षेत्रीय जाळ्याच्या कमी शक्तीविरुद्ध संरक्षण देणारी गोष्ट.

Dialer - a programme establishing and maintaining subscriber's connection to internet. सभासदाची महाजाळ्याशी जोडणी करून देणारी आज्ञावली.

Dial-up line - a communication connection from computer to a host computer over standard phone lines. दूरध्वनी तारांमार्फत मुख्य संगणकाबरोबर केलेली संगणकाची जुळणी.

Dial-up networking - a window service enables a computer to use its modem to make a network connection over a telephone line to another computer. दूरध्वनी तारांमार्फत मोडेमचा उपयोग करून संगणकीय जाळ्याशी जोडणी करण्यासाठी एका संगणकाची दुसऱ्या संगणकाशी विंडो सेवेद्वारा करण्यात येणारी जोडणी.

Dialog box - a window that displays additional options, questions when a command is chosen in an operating system. कार्यान्वित पद्धतीतील आज्ञा निवडून, अधिक ऐच्छिक गोष्टी, प्रश्न प्रदर्शित करणारी विंडो.

Dichroic mirror - a special interference filter which reflects a specific part of spectrum, while transmitting the rest. जेव्हा उरलेले प्रक्षेपण सुरू असते तेव्हा एका विशिष्ट लोलकातील प्रकाशाच्या पृथक्करणातील वर्णपट प्रतिबिंबित करून विशिष्ट अडथळा आणणारा फिल्टर.

Digest - large mailing lists used to offer list members a different way to get their e-mail from mailing lists. मोठ्या मेलिंग यादीमधून सभासदांना वेगळ्या तऱ्हेने त्यांचे ई-मेल देण्याची व्यवस्था.

Digital - data consisting of discrete steps. दूरदर्शी पायऱ्या असलेली माहिती / ० ते ९.

Digital data storage - format for storage and backing up computer data on tape evolved from digital audio tape technology. अंकीय श्राव्य फितीवरून फितीवरील संगणकीय माहितीचा साठा आणि संगणकातील माहितीची जादा प्रत यांची रूपरेषा विकसित करणारे तंत्र.

Digital signature - digital code can be attached to an electronically transmitted message that uniquely identifies the sender. केवळ पाठविणाराच

ओळखू शकेल अशा इलेक्ट्रॉनिक रीतीने प्रक्षेपित केलेल्या संदेशाला जोडलेली अंकीय सांकेतिक भाषा.

Digitizer - any device converts a picture into data which can be stored, manipulated, printed, or displayed on a computer. कोणतेही चित्र, माहिती मध्ये रूपांतरित करण्याचे कोणतेही साधन. त्यामुळे माहितीसाठा करता येतो, माहिती मुद्रित करता येते किंवा माहिती प्रदर्शित करता येते.

Direct connection - a permanent communication connection system between computer system and internet. महाजाळे आणि संगणकीय व्यवस्था यांच्यामधील कायम संप्रेषण जोडणी.

Direct-inward-dial - calls in when the gateway uses the number initially dialed to make the call as opposed to a prompt to dial additional digits. जादा अंक फिरविण्यास मनाई करणारे स्वत: प्रारंभी अंक फिरविणारे कॉलमधील प्रवेशद्वार.

Direct memory access - enables internal hardware devices in computers to work directly with memory. प्रत्यक्ष स्मृतिमंजूषेबरोबर काम करणारी संगणकातील अंतर्गत माहिती संस्करणाची साधने.

Direct-To-Plate - exposure of image data directly onto printing plates without intermediate use of film. चित्रफितीचा वापर न करता माहितीची प्रतिकृती प्रत्यक्ष मुद्रणासाठी तयार करणे.

Directed tree - logical construct used to define data flow. माहितीप्रवाहाची व्याख्या करण्यासाठी वापरलेली तार्किकता.

Directed search - a request sent to a specific node to contain a resource. विशिष्ट बिंदूला साधन आत आणण्यासाठी केलेली विनंती.

Directory - a folder of folders. संचिकांची निर्देशिका.

Directory name service - a TCD / IP based name resolution service. It is used to resolve a host name. ही टीसीपी / आय पी आधारित नावाच्या ठरावाची सेवा आहे. याचा उपयोग मुख्य नाव ठरविण्यासाठी केला जातो.

Directory services - a network service which stores information about all the objects available on a network. जाळ्यामध्ये उपलब्ध असलेल्या गोष्टीविषयी माहितीसाठा करून जाळ्याची सुविधा देणारी सेवा.

Disk duplexing - a fault tolerance method that involves duplication of a partition from one hard disk to another hard disk. एका हार्ड डिस्कवरून दुसऱ्या हार्ड डिस्कवर समाविष्ट असणारी विभाजनाची द्विशक्तीची चुकीची सहिष्णू पद्धत.

Display - device on which information / images can be presented. माहिती / प्रतिमा यांचे सादरीकरण करणारे साधन.

Dissemination of information - spread of information माहितीचे प्रसारण.

Distributed computing - a network where clients do their own processing and use a server for storage. ग्राहक स्वत: प्रक्रिया करून जाळ्यामध्ये साठ्याचा संग्रहासाठी उपयोग करतात.

Distributed databases - databases that are replicated completely or in part to one or more locations to distribute load. आधारभूत माहिती संचाची संपूर्णपणे हुबेहुब प्रतिकृती तयार करण्यासाठी तिच्या एका भागाचे एका मध्ये किंवा अधिक जागांचे कामासाठी केलेले विभाजन.

DMA (Direct Memory Access) - Transfer of data from a peripheral device, such as a hard disk drive, into memory without that data passing through the microprocess. मायक्रोप्रोसेसरमार्फत माहिती पुढे पाठविण्याऐवजी परिघातील साधनामार्फत उदा. स्मृती मंजूषेतील हार्ड डिस्क ड्राइव्हमार्फत माहिती वाहून नेण्याचे काम करणारे साधन.

DMP - Device Management Protocol the session layer communication protocol used within ICM. साधनांचे व्यवस्थापन करणारा नियमसंच. आयसीएम-मध्ये वापरला जाणारा चर्चास्तराचा संप्रेषणाचा नियमसंच.

DOCSIS (Data-Over-Cable Service Inferface Specifications) - defines technical specifications for equipment at both subscriber locations and cable operator's headends. सभासदाच्या स्थानांचे आणि वाहिनीचे कार्य चालविणाऱ्या हेडएन्डमधील साधनासाठी तांत्रिक वैशिष्ट्ये स्पष्ट करणारा संपर्क.

Document delivery - sending of a document which has been selected from an index / database. निर्देश / आधारभूत माहिती संचातून निवडलेली प्रलेख पाठविण्याची क्रिया. प्रलेखवितरण.

Document retrieval system - information storage and retrieval system that contains complete document rather than references. प्रलेख प्रतिप्राप्ति-पद्धती. संदर्भाव्यतिरिक्त संपूर्ण दस्तऐवज असलेला माहितीसाठा.

Documentation - all documents referring to something. कोणत्याही गोष्टीच्या संदर्भासाठी असलेले सर्व प्रलेखन.

Domain - On the internet a portion of the naming hierarchy tree that refers to general groupings of networks of organization type or Geography. सर्वसामान्य संस्थेच्या प्रकाराच्या जाळ्याशी किंवा भौगोलिक क्षेत्रातील गटाशी संबंधित महाजाळ्याच्या नावाच्या परंपरागत झाडाचा भाग.

Domain controller - Computer maintains a copy of the domain directory services database. कार्यक्षेत्राच्या निर्देशिकेची सेवा देणाऱ्या आधारभूत माहिती-सामग्रीची संगणकाने अबाधित ठेवलेली प्रत.

Domain master browser - computer maintains a list of available network servers located on all subnets in the domain. सर्व उपजाळ्याच्या कार्यक्षेत्रातील उपलब्ध जाळ्यांच्या साठ्यांच्या स्थानांची संगणकाने केलेली यादी.

Domain name - a unique name upto fifteen characters in length, assigned to identify the domain on the network. जाळ्याच्या कार्यक्षेत्राच्या ओळखीसाठी त्याला दिलेले विशिष्ट नाव. या नावाची लांबी पंधरा अक्षरे असते.

DOS (Disk Operating System) - section of the operating system software that controls disk and file management. तबकडी आणि संचिका व्यवस्थापन करणारा आज्ञावलीच्या कार्यान्वित पद्धतीचा भाग.

DOS (Disk Operating System) - Operation system used on IBM personal computers and compatible machinery. सुसंगत यंत्रे आणि आयबीएम संगणक यांमध्ये वापरलेली कार्यान्वित पद्धत.

Dot matrix printer - a type of printer which produces characters and illustrations by striking pins against an ink ribbon to print closely spaced dots in appropriate shape. योग्य आकारामध्ये मोकळ्या जागेत शाईच्या रिबनवर पिना आपटून टिंब पाडून अक्षरे किंवा चित्रे निर्माण करणारे एक मुद्रणयंत्र.

Download - means transfer of data, information or files from a remote site to a local site. दूरच्या स्थळावरून स्थानिक स्थळावर माहिती किंवा संचिका यांची केलेली वाहतूक. दूर अंतरावरील संगणकात साठविलेली माहिती 'ऑन लाइन' प्रक्रियेद्वारा मिळवून स्वतंत्र संगणकात साठवून वापरण्याची क्रिया.

Downtime - time between which a computer or system does not work because of hardware or system software failure and the time it is brought back into operation. संगणक किंवा व्यवस्था, संस्करण विभाग किंवा आज्ञावलीच्या चुकीमुळे कार्य करीत नाही. काही वेळानी ती व्यवस्था परत कार्यरत होते. त्यामधील वेळ.

DPI (Dots per inch) - a measure of resolution of printer, scanner or monitor. प्रत्येक इंचामधील बिंदू, मुद्रण, मॉनिटर किंवा स्कॅनर निश्चित करण्याचे मोजमाप.

DRAM (Dynamic Random Access Memory) - RAM stores information in capacitors which must be refreshed periodically. रॅमने

साठ्यामध्ये संग्रहीत केलेली माहिती ठराविक कालावधीनंतर कार्यान्वित करणारी स्मृतीमंजुषा.

Driver - a piece of software tells the computer how to operate an external device such as printer, modem etc. संगणकाला बाहेरील साधने कशी कार्यान्वित करावीत हे सांगणारा आज्ञावलीचा एक तुकडा. उदा. मुद्रणयंत्र

DSL (Digital Subscriber Line) - public network technology which delivers high bandwidth over conventional copper wiring at limited distance. मर्यादित अंतरावर नेहमीच्या तांब्याच्या तारांमार्फत उच्च बँडविडथ्द्वारा वितरण करणारे सार्वजनिक जाळ्याचे तंत्र.

DSN (Delivery Status Notification) - message returned to the originator indicating the delivery status of an e-mail message. इ-मेल संदेशाची वितरण स्थिती दाखविणाऱ्या मूळाकडे परत आलेला संदेश.

DSU (Data Service Unit) - used in digital transmission that adopts the physical interface on data terminal equipment device transmission facility नैसर्गिक संपर्कावरील माहिती उपसंगणकाच्या साधनाच्या प्रक्षेपण सुविधेशी जुळवून घेणाऱ्या अंकीय प्रक्षेपणासाठी वापरला जाणारा घटक.

DTE (Data Terminal Equipment) - it is at the user end of a user network interface that serves as a data source destination or both. माहितीचे साधन : स्थळ किंवा दोन्हीचा उपयोग करणारा उपभोक्त्याच्या जाळ्याचा शेवटचा संपर्क.

DUA (Directory User Agent) - Software that accesses the x. 500 directory service on behalf of the directory user. निर्देशिकेच्या उपभोक्त्या ऐवजी x - 500 निर्देशिका सुविधेमध्ये प्रवेश देणारी आज्ञावली.

Dual boot - capability of a computer to permit a user to select from more than one operating system during the boot process. संगणकाच्या सुरू करण्याच्या प्रक्रियेच्या वेळी अनेक कार्यान्वित व्यवस्थेतून एकच व्यवस्था निवडण्याची उपभोक्त्याला परवानगी देणारी संगणकीय क्षमता.

Dual counter - rotating rings network topology in which two signal paths opposite each other, exit in a token passing network. जाळ्यामधील टोकनच्या बाहेर जाणारे रिंग जाळ्यातील कार्यक्षेत्राचे दोन विरुद्ध एकेरी मार्ग.

Dual homing - network topology in which a device is connected to the network by way of two independent access points. दोन स्वतंत्र प्रवेश-बिंदूंच्या मार्गाकडून जाळ्याला साधन जोडणारे जाळ्याचे कार्यक्षेत्र.

Dump - a process of copying all information from RAM into file रॅममधून सर्व माहितीची संचिकामध्ये प्रत काढण्याची प्रक्रिया.

Duplex - full duplex is data flowing in both directions at the same time. एकाच वेळी माहितीचा दोन्ही दिशांनी चालू राहणारा प्रवाह.

Dvorak keyboard - a data input device designed for speedy typing जलद टंकलेखनासाठी आरेखित केलेली माहिती समाविष्ट करण्याचे साधन.

Dye sublimation - a printing process using small heating elements to evaporate pigments from a carrier film depositing these smoothly on to substrate. वाहतूक फिल्मकडून लहान उष्ण घटक रंगद्रव्याची वाफ करून, ते खालच्या थरावर हळुवारपणे साठवून ठेवण्यासाठी वापरण्यात येणारी मुद्रण- प्रकिया

Dynamic address resolution - use of an address resolution protocol. to determine and store address information on demand. मागणीनुसार निश्चित पत्त्याची माहिती देणारा आणि साठा करणारा पत्त्याच्या नियमसंचाचा ठराव.

Dynamic routing - a router automatically builds and updates its routing table. त्याच्या मार्गातील पत्ते, त्यांचे मार्ग यांत्रिकपणे निर्माण करणारा आणि अद्ययावत करणारा मार्ग

Dynamic host configuration protocol - used to dynamically assign IP addresses to client computers on a network जाळ्यातील ग्राहकाच्या संगणकाला गतिशील महाजाळ्याचा नियमसंच जोडण्यासाठी वापरला जाणारा नियमसंच.

E

Early token release - technique used in token ring networks which allows a station to release a new token on to the ring immediately after transmiting instead of waiting for the first frame to return. पहिली रूपरेषा (फ्रेम) परत येण्याची वाट न बघताच तात्काळ स्थळाला रिंगमध्ये नवीन टोकन आल्याचे समजण्यासाठी टोकन रिंग जाळ्यामध्ये वापरले जाणारे तंत्र.

Easter egg - a hidden programme sequence built in to a programme that only activates when person presses the right key. आज्ञावलीमध्ये लपलेल्या आज्ञावलीचा क्रम योग्य कळ दाबून ती आज्ञावली सुरू केली म्हणजे दिसणे.

EBCDIC (Extended Binary Coded Decimal Interchange (code) - any number of coded character sets developed by IBM consisting of eight coded characters. आय बी. एम ने विकसित केलेल्या कोणत्याही सांकेतिक अक्षरांच्या संचामध्ये असलेली आठ सांकेतिक अक्षरे.

Eccentricity - a factor used to describe the geometric shape of an ellipsis. भूमिती आकारातील वगळलेल्या आकाराच्या बिंदूंचा संच वर्णन करण्यासाठी वापरली जाणारी गोष्ट.

Echo - return of a signal back to the source from which it was transmitted प्रक्षेपणाच्या साधनाकडे परत आलेला संदेश.

Echo cancellation - method of removing unwanted signals from main transmitted voice telephony signal. मुख्य आवाज प्रक्षेपणाच्या दूरध्वनीच्या संकेतामधून निरुपयोगी संकेत काढून टाकण्याची पद्धत.

Echoplex - mode in which keyboard characters are echoed on a terminal screen. Return of a signal from the other end of the line indicates that the characters were received correctly. कळपट्टीवरील अक्षरांचे अनुकरण संगणकाच्या पडद्यावर उमटते. ओळीच्या दुसऱ्या शेवटच्या टोकापासून अक्षरे अचूक मिळाली आहेत असे संदेश परतीच्या वाटेवर असताना दर्शविण्याची पद्धत.

E-commerce - processing transactions through electronic communication. इलेक्ट्रॉनिक संप्रेषणाद्वारे व्यवहार करण्याची प्रक्रिया.

Edge device - pysical device that is capable of forwarding packets between legacy interfaces and ATM interfaces based on data - link and network layer information जाळ्यातील माहितीचा स्तर आणि माहिती दुवा यांवर आधारित अेटीएम संपर्क आणि लिगसी संपर्क यांच्यामध्ये संच पुढे पाठविणारे योग्य साधन.

EDI (Electronic Data Interchange) - electronic communication of operational data between organizations. संस्थांमध्ये इलेक्ट्रॉनिक संप्रेषणाद्वारे कार्यान्वित होणारी माहिती.

EDIFACT - Eletronic Data Interchange For Administration Commerce and Transport. इलेक्ट्रॉनिक व्यवस्थापन व्यवसाय आणि वाहतूक यासाठी माहितीची केलेली देवाणघेवाण.

Edu - ending of on an e-mail address signifies the host is and educational facility. शैक्षणिक सुविधा दर्शविणारा ई-मेलच्या शेवटी येणारा हा शब्द.

EEPROM - Electrically Erasable Programmable Read-Only Memory. विद्युत् लहरीमुळे पुसली जाणारी, आज्ञावलीसाठी उपयोगी असणारी फक्त वाचता येणारी स्मृतिमंजूषा.

EGP (Exterior Gateway Protocol) - internet protocol for exchanging routing information between autonomous system. स्वायत्त व्यवस्थेमधील माहितीच्या फिरणाऱ्या मार्गात वाढ करणारा महाजाळ्याचा नियमसंच.

EHSA (Enhanced High System Availability) - processor redundancy scheme which reduces switchover time by requiring that the redundant processor be running in hot stand-by mode. जोडणीचा काळ कमी करणारी अधिक प्रक्रियाकाराने विश्वसनीय (Stand by) तऱ्हेने ती पद्धत चालू ठेवणारी प्रक्रियाकाराचे अधिक्य असलेली व्यवस्था उपलब्ध.

ELAN (Emulated LAN) - ATM network in which on Ethernet or Token Ring LAN is emulated using a client-server model. ग्राहक व साठा यांचा आदर्श अधिक चांगला होण्यासाठी इदरनेट किंवा टोकन रिंग जाळे असलेले एटीएम जाळे.

ELAP (Ether Talk Link Access Protocol) - Link access protocol used in an Ether Talk Network. इदरटॉक जाळ्यामध्ये वापरलेला दुव्याचा प्रवेश असलेला नियमसंच

Electromagentic Spectrum - Full range of electromagncetic frequencies, the subset of which is used in commercial RE systems. व्यावसायिक आय एफ व्यवस्थेमध्ये उपसंचाने वापरलेली इलेक्टोमॅग्नेटिक लहरींची संपूर्ण मर्यादा.

Electron gun - three radiation - emitting elements inside a traditional computer परंपरागत संगणकातील तीन रेडिएशन घटक.

Electronic document delivery - sending of a document which has been selected from an index or database through computer संगणकाद्वारे निर्देशामधून किंवा आधारभूत माहितीसंचातून निवडलेल्या दस्तऐवजाचे केलेले वितरण, प्रलेख वितरण.

Electronic document interchange - the process of exchanging standardised document forms between computer systems for business use. संगणकाच्या व्यवस्थेमधील व्यवसायाच्या उपयोगासाठी प्रमाणित दस्तऐवजांची रूपरेषा अदलाबदल करण्याची प्रक्रिया .

Electronic funds transfer - proeess of transferring money initiated through electronic terminal, automated teller machine, computer, telephone etc. दूरध्वनी, यांत्रिक टेलर व्यवस्था, संगणक, इलेक्ट्रॉनिक संगणक यांच्याद्वारे वित्त अदलाबदल करण्याची प्रक्रिया.

Electronic journal - journal which is published by means of a computer. संगणकाद्वारे प्रसिद्ध केलेले नियतकालिक / ई-नियतकालिक.

Electronic mail - a system in which a computer user can exchange messages with other computer users through a communication network. संप्रेषण जाळ्याद्वारे संगणक उपभोक्त्याने दुसऱ्या संगणक उपभोक्त्याबरोबर संदेशाचे दळणवळण करण्याची पद्धत, संगणकाद्वारे पाठविलेले अंकीय टपाल

Electronic publishing - publishing which is carried out by means of a computer संगणकाच्या साधनांच्या सहाय्याने केलेले प्रकाशन. संगणकीय प्रकाशन.

Electronically erasable programmable read only memory - a type of memory where changes can be made to an integrated circuit electronically byte by byte under software control.
आज्ञावलीच्या नियंत्रणाखाली प्रत्येक बाइटच्या एकमेकांतील सर्किटवर यांत्रिकपणे बदल करणे शक्य होणारी एक प्रकारची स्मृतिमंजूषा.

E-Lecture (Electronic Lecture) - a textual lecture delivered through electronic mail to networked individual computer. जाळ्यातील वैयक्तिक संगणकाला इलेक्ट्रॉनिक मेल द्वारा दिलेले मजकूरविषयक व्याख्यान.

Elliptical earth orbit - orbit that the satellite path describes as an ellipse with the Earth at one focus. लंबवर्तुळाकार कक्षेतील पृथ्वी हे लक्ष असल्याचे वर्णन करणारा उपग्रहाचा मार्ग.

E-mail address - it tells the internet how to find you and where to send your mail. पोस्टाच्या पत्त्याप्रमाणे हा पत्ता असतो. तो महाजाळ्याला तुमचा संदेश कुठे पाठवावयाचा ते सांगतो.

Emulation - function of software programme that enables it to perform activities equivalent to those performed by a separate hardware / software स्वतंत्र आज्ञावली आणि संस्करण विभाग यांच्या इतकेच समान सादरीकरण करणारे आज्ञावलीचे कार्य.

Encapsulation - wrapping of data in a particular protocol header. विशेष नियमसंचाच्या हेडरमध्ये गुंडाळलेली माहिती.

Encode - to apply the rules of a code to a programme / data आज्ञावली/ माहिती यांना सांकेतिक लिपीचे नियम लागू करणे.

Encoding - file transfer formatting enables encrypted, compressed binary files to be transferred without corruption or loss of data माहिती नष्ट वा खराब न होता संचिकांची अदलाबदल करणे, सांकेतिक लहान करणे अशी संचिका-बदलीची रूपरेषा.

Encryption - manipulation of data in order to prevent any but intended recipient from reading that data. ज्याला माहिती पाठवावयांची तो फक्त ही माहिती वाचू शकेल अशा योग्य पद्धतीने माहितीची केलेली हाताळणी. सांकेतिक शब्दात पाठविलेली माहिती.

End to end - a characteristic of protocol that operates on the origin and the final destination but not on any intermediaries. मूळ स्थळापासून शेवटच्या स्थलापर्यंत नियमसंचाच्या वैशिष्ट्यामध्ये काहीही न येणाऱ्या गोष्टी.

Enterprise network - large and diverse network connecting most major points in a company / organization. कंपनीमध्ये किंवा संस्थेमध्ये अनेक मुख्य बिंदू जोडलेले मोठे व व्यापक जाळे.

Entity identifier - a unique address of an NVE socket in a node on an Apple talk network. ॲपल टॉक जाळ्यावरील व्यवस्था हा एनव्हीई सॉकेटचा असणारा एकमेव पत्ता.

Entry - an item entered in a list. नोंद यादीमध्ये एखाद्या गोष्टीची केलेली नोंद.

EOM (End of Message) - Indicator that identifies the last ATM cell containing information from a data packet that was segmented एटी

एम च्या शेवटचा सेल ज्यामध्ये माहितीसंचातून माहिती अनेक भागांत सामावलेली आहे हे ओळखण्याचा दर्शक.

EOT (End of Transmission) - a character that signifies the end of a logical group of characters or bits. तार्किक गटाच्या अक्षरांचा किंवा बिट्सचा शेवट दाखविणारे अक्षर.

ER (Explicit Rate) - in ATM an RM cell used to limit the ACR for a transmission to a specific value. विशेष मूल्याच्या प्रक्षेपणासाठी एसीआरवर मर्यादा घालण्यासाठी वापरले जाणारे एटीएम मधील आर एम सेल.

Error control - a method of detecting errors in the transmission of data माहितीच्या प्रक्षेपणातील चुका शोधण्याची पद्धत.

Error - correcting code - having significant intelligence and incorporating sufficient signaling information to enable the detection and the correction of many errors at the receiver. माहिती घेणाऱ्याने अनेक चुका ओळखून त्या सुधारण्याची शक्यता असलेला, महत्त्वाची बुद्धिमत्ता आणि पुरेशा माहितीचे संदेश असणारी सांकेतिक.

ES (End System) - non routing host or node in OSI network. ओ एस आय जाळ्यातील न फिरणारा मुख्य (होस्ट) किंवा बिंदू

Escon channel - IBM channel for attaching mainframes to peripherals such as storage devices, backup units and network interfaces. साठा साधने, बॅक अप घटक आणि जाळे संपर्क ई आय बी एम वाहिनीसाठी मेनफ्रेमला जोडलेली साधने

ESD (Electrostatic Discharge) - discharge of stored static electricity that can damage electronic equipment and impair electrical circuitry resulting in complete or intermittent failures साठवलेल्या स्टॅटिक विजेच्या प्रक्षेपणामुळे इलेक्ट्रॉनिक वस्तूंचे वा सर्किटचे नुकसान होणे, व त्यामुळे संपूर्ण अथवा अंशत: यंत्रणा ठप्प होणे.

ESI (End System Identifier) - it distinguishes multiple nodes at the same level when the lower level peer group is partitioned. जेव्हा खालच्या स्तरावरील पीअर गट दुभंगतो तेव्हा एकाच स्तरावरील ओक बिंदूंमधील असलेला फरक.

ESMTP (Extended simple mail transfer protocol) - includes additional functionality such as delivery notification and session delivery. बैठकीच्या (मीटिंग) अहवालाचे वितरण आणि जाहीर खबरीचे वितरण ही कार्ये समाविष्ट नियमसंच.

ESP - (Extended Services Processor Encapsulating Security Payload) security protocol that provides data privacy services, optional data authentication and anti replay services. अधिकृत ऐच्छिक माहितीची गुप्तता आणि विषाणूविरुद्ध सेवा देणारा सुरक्षिततेचा नियमसंच.

Ethernet meltdown - event that causes saturation on an Ethernet. इदरनेटचा प्रभाव कमी होण्याचे कारण असलेल्या घटना.

Eth unit - Ethernet unit providing interfaces management bus concentrator and the network management system. जाळे व्यवस्थापन पद्धती, बस कॉनसेनट्रेटर आणि संपर्कव्यवस्था पुरविणारे इदरनेट घटक.

Event - network message indicating operational irregularities in physical elements of a network. जाळ्यातील नैसर्गिक घटकांची कार्यातील अव्यवस्थित पद्धती दर्शविणारा जाळे संदेश.

Event viewer - a tool that enables an administrator to view and/ or to archive operating system, application and security event logs. घटनांचे क्रम, सुरक्षाकार्य आणि कार्यान्वित पद्धती यांच्या नोंदी किंवा या गोष्टी प्रशासकाला पाहणे शक्य होणारे साधन.

EVOLOGIC - it designs an experimental constructive student centric system that enhances learning and ability to learn. शिकण्याची प्रवृत्ती आणि शिकण्याची क्षमता यांचा विकास करणारी प्रायोगिक रचनेवर विद्यार्थी केंद्रबिंदू असलेली आज्ञावली.

Exclusive OR - a logical condition where either the first statement is true or the second. Both facts are not true or both are not false. पहिले विधान खरे आहे की दुसरे विधान खरे आहे. यासंबंधीची तार्किक स्थिती. दोन्ही गोष्टी ख‍ऱ्या नाहीत किंवा ख‍ऱ्या आहेत.

Executable file - file is programme संचिका म्हणजेच आज्ञावली.

Expanded memory - usable RAM in excess of 1 MB. १ एम बी जादा असलेली स्मृतिमंजूषा.

Expansion - a process of running a compressed data set through an algorithm which restores the data set to its original size. लहान आकारातील माहितीसंचाचा मूळ आकारात पुन्हा साठा करण्यासाठी नियमसंच वापरण्याची प्रक्रिया.

Expansion bus - the capacity of microprocessor to communicate with controllers for peripheral devices (hard drives and keyboards) सभोवतालच्या साधनांसाठी (हार्ड ड्रायव्हर, कळपट्टी) नियंत्रकाशी संप्रेषणासाठी असणारी मायक्रोप्रोसेसरची क्षमता.

Expedited delivery - option set up by a specific protocol layer telling other protocol layers to handle specific data more rapidly. दुसऱ्या नियमसंचाच्या स्तराला विशेष माहिती अधिक वेगाने वितरित करण्यास सांगणारा पर्यायी व्यवस्थेचा विशेष नियमसंच स्तर.

Explicit route - in SNA a route from a source subarea to a destination subarea, as specified by a list of subarea nodes and transmission groups that connect the two. उपक्षेत्रातील बिंदूंच्या विशिष्ट यादीप्रमाणे प्रक्षेपणाचे गट या दोघांची जोडणी करणारा एसएनए मधील साधनाच्या उपक्षेत्रापासून स्थळाच्या उपक्षेत्राकडे जाणारा मार्ग.

Explorer packet - Generated by an end station trying to find its way through an SRB network. एस आर बी जाळ्यामधून जाणाऱ्या शेवटच्या स्थळापासून निर्माण झालेल्या ऊर्जेच्या मार्गाचा शोध.

Extended partition - a disk partition which can be subdivided into one or more logical drives. एक किंवा अधिक तार्किक मार्गांमध्ये उपविभाजन तबकडीचे विभाजन.

External cache - a RAM cache using SRAM instead of DRAM chips. This enables the microprocessor to retrieve data more quickly than RAM डी रॅम ऐवजी एसरॅमचा उपयोग करणारी रॅम स्मृतिमंजूषा ही मायक्रोप्रोसेसरला रॅमपेक्षा जलद गतीने माहितीची प्रतिप्राप्ती करण्यास प्रवृत्त करते.

External memory - outside located memory which can be accessed by CPU. मध्यवर्ती कार्यप्रणालीत प्रवेश करण्यास शक्य असलेली संगणकाच्या मुख्य स्मृतिमंजूषेबाहेरील स्मृतिमंजूषा.

Extranet - a network which allows company to share information with other businesses and customers. इतर उद्योगधंदे व ग्राहक यांच्याशी कंपनीला माहितीची वाटणी करू देणारे जाळे.

E-Zines - (Electronic Zines) small circulation publications which are distributed over computing networks. संगणकाच्या जाळ्यावरील वितरित वाटप झालेली लहान देवघेवीची प्रकाशने.

F

Faceted code - code which indicates various details of an item by assigning each one value. प्रत्येक मूल्याला महत्त्व देऊन अनेक सविस्तर गोष्टी दर्शविणारी सांकेतिक लिपी.

Facsimile - exact copy af an original. मूळ गोष्टीची तंतोतंत प्रत.

Facsimile machine - transmits and receives images of graphic designs, photographs and pages of text either printed or handwritten FAX Machine. ओळख आरेखनाच्या प्रती, छायाचित्रे मुद्रित किंवा लिखित मजकुराची पृष्ठे प्रक्षेपित करणारे साधन.

Facsimile Transmission - (FAX) method of sending and receiving images in digital form over a telephone दूरध्वनीद्वारे प्रतिमा अंकीय स्वरूपात पाठविण्याची व मिळविण्याची पद्धत.

Failure domain - area in which failure occurred in a token ring defined by the information contained in a beacon. संदेशातील माहितीकडून होणारे टोकन रिंगच्या क्षेत्रातील अपयशाचे स्पष्टीकरण.

Fallback - mechanism used by ATM networks when rigorous path selection does not generate an acceptable path. स्वीकारलेला मार्ग हा योग्य निवडीचा आहे हे ठरविणारी एटीएम यंत्रणा.

FAM - 1) Fast Access Memory जलद प्रवेश करणारी स्मृतीमंजूषा, 2) Storage locations that can be read from or written to very rapidly जलद गतीने लिहिणारी किंवा वाचणारी साठ्यांची जागा.

Fan out - Maximum number of outputs that a circuit / chip can drive without exceeding its power dissipation limit. शक्तीचा अधिक व्यय न करता सर्किट किंवा चिप कमाल संख्येने संस्करण देणारे.

Fan-out unit - a device that allows multiple devices on a network to communicate using a single network attachment.एका जाळ्यातील साधनांचा उपयोग करून जाळ्यातील अनेक साधनांना संप्रेषण करण्याची मान्यता देणारे साधन.

Fantail - panel of I / o connectors that attaches to an equipment rack providing easy access for data connections to a network.
जाळ्यामध्ये माहिती जोडणीसाठी प्रवेश सुकर होण्यासाठी माहितीच्या समावेशन आणि संस्करणासाठी साधनाला जोडलेली इतर साधने.

FAQ (Frequently Asked Questions) - list of common questions and answers posted to a newsgroup website or e-mail list. इलेक्ट्रॉनिक मेल, संकेतस्थळ किंवा वार्तागट यांना पाठविलेली सर्वसामान्य प्रश्नोत्तरांची यादी.

Fast ethernet - any of the number of 100 mbps Ethernet specifications. इदरनेटच्या वैशिष्ट्यांपैकी १०० एम बी पी एस चा कोणताही क्रमांक.

Fatal error - fault in a programme or device that causes the system to crash साधनामुळे पद्धत बंद पडणारी आज्ञावलीतील चूक

FDM - (Frequency Division Multiplexing) technique whereby information from multiple channels can be allocated. Bandwidth on a single wire based of frequency बँड विड्थ किंवा एकेरी तारांची वारंवारता यावर असलेले अनेक वाहिन्यांच्या माहितीवाटपाचे तंत्र.

Feature - special function / ability / design of hardware or software संस्करणाची साधने किंवा आज्ञावली यांचे विशिष्ट कार्य / क्षमता / आरेखन.

Feature boards - modular system cards that perform specific functionality विशिष्ट कार्य सादर करणारी वेगळे घटक असणारी कार्ड व्यवस्था.

Feedback - adding part of the output of a circuit to the input. समाविष्ट भागाला संस्करण सर्किटकडून मिळालेला आणखी एक भाग.

Feedback - information from one source which can be used to modify something, काही बदल करण्यासाठी एका साधनाकडून मिळालेल्या माहितीचा करण्यात येणारा वापर.

Feeder - channel that carries signals from one point to another. एका टोकाकडून दुसऱ्या टोकाकडे संदेश वाहून नेणारी वाहिनी.

Front end processor (FEP) - it is placed between input source and central computer, whose function is to preprocess received data to relieve the workload of the main computer. मुख्य संगणकाकडे मिळालेली माहिती पूर्वीच प्रक्रिया करून त्याचा कामाचा बोजा कमी करण्यासाठी समावेशन करणारी साधने आणि मध्यवर्ती संगणकामध्ये असलेला प्रक्रियाकार.

Fetch execute cycle - events required to retrieve decode and carry out an instruction stored in memory. स्मृतिमंजूषेत संग्रहित झालेली सूचनेची प्रतिप्राप्ती मूळ सूचना व ती सूचना पुढे चालू ठेवणे यांसाठी असलेली घटनांची मागणी.

Fiber optics - a transmission technology which uses light as an information carrier and has enormous bandwidth capacity. प्रकाशाची भरपूर बँडविड्थ क्षमता आणि प्रकाशाचा उपयोग माहितीवहनासाठी करणारे प्रक्षेपणाचे तंत्र.

Fiber - optic cable - physical medium capable of conducting modulated light transmission. प्रकाशाचे प्रक्षेपण नियंत्रित करणारी नैसर्गिक मध्यस्थ वाहिनी.

Field strength - section containing individual data items in a record . नोंदीमध्ये वैयक्तिक माहितीच्या गोष्टी समाविष्ट असलेला विभाग.

Field replaceable unit - hardware component that can be removed and replaced on site.
स्थळावरच संस्करणविभागाचे घटक बदलणारे व काढून टाकणारे घटक.

File - a collection of information on a disk, usually a document or programme which is lumped together and called by one name. तबकडीवरील माहितीचा संग्रह एका नावाने संबोधली जाणारी प्रलेख अथवा आज्ञावलीतील एकत्र केलेली माहिती.

File allocation table - a 16 bit type of file system which is used by several operating system कार्यान्वित पद्धतीमध्ये वापरली जाणारी १६ बिट संचिका पद्धती.

File distributed system - it uses files stored in more than one location एकापेक्षा अनेक जागांमध्ये संचिका संग्रहित करणारी व्यवस्था.

File extension - a portion of a filename that comes after the period denoting the type of file such as exe. संचिकेच्या नावानंतर संचिकेचा प्रकार दर्शविणारी खूण उदा. इक्सई विस्तार.

File migration - moving data from one form of file storage media to another. एका संचिकेच्या साठ्याच्या माध्यमातून दुसऱ्या संचिकेमध्ये हलविलेली माहिती.

File naming convention - a method used to denote the structure of a file name संचिकांच्या नावाची खूण आरेखन करण्यासाठी वापरली जाणारी पद्धत.

File permission - when place files on a UNIX system client can assign the files various levels of permission specifying who can access them, what type of access can be had. युनिक्स व्यवस्थेमध्ये ग्राहक संचिकांना परवानगीसाठी अनेक स्तर सोपवितो विशेषत: त्यांच्यामध्ये कोण प्रवेश करू शकतो? कोणत्या प्रकारचा प्रवेश अपेक्षित आहे? अशा गोष्टींसाठी संचिकांना दिलेली परवानगी (अनुमती).

File protection - hardware / software organization of a computer system to protect user files from unauthorized access. अनधिकृत प्रवेशापासून उपभोक्त्यांच्या संचिकांना संरक्षण देणारा संगणकाच्या व्यवस्थेतील संगणकातील संस्करण विभाग / आज्ञावली. संचिकेचे संरक्षण.

File server - a computer which shares its resources with other computers on the network. जाळ्यातील संगणक त्याच्या साधनांची वाटणी इतर संगणकांबरोबर करतो. उदा. मुद्रणयंत्र. संचिका इ.

File services - functions which are available on computer or across a network that allow the manipulation of information stored in containers called files. संचिकामध्ये संग्रहीत असलेली माहिती कौशल्यपूर्ण हाताळण्यासाठी संगणकावरील किंवा जाळ्यावरील उपलब्ध कार्ये.

File transfer - transfering files electronically across a network from one computer to another located anywhere. जगात कोठेही जाळ्यामार्फत संचिका एका संगणकाकडून दुसऱ्या संगणकाकडे इलेक्ट्रॉनिक पद्धतीने पाठविणे.

File transfer protocol - common protocol used to move files between two internet sites. महाजाळ्याच्या दोन संकेतस्थळांमध्ये सामान्य नियमसंचाद्वारे केलेली संचिकांची हालचाल करणे.

File update synchronization - a network service keeping track of different versions of the same file एकाच संचिकेच्या वेगवेगळ्या आवृत्तींसाठी जाळ्या मार्फत मिळणाऱ्या सेवेने ठेवलेला संपर्क.

Filename - a string of characters numerals which are assigned to data to uniquely identify it from other data. The data is stored in container is file इतर माहितीपासून वैशिष्टपूर्ण माहिती ओळखण्यासाठी माहितीला दिलेल्या अक्षरांच्या ओळी किंवा संख्या, माहिती संग्रहित केलेल्या साठ्याला संचिका म्हणतात.

Filter - a piece of software that an application uses for file format conversion or special effect. विशेष परिणाम किंवा संचिकाची रूपरेषा बदलण्याचे कार्य करणारा आज्ञावलीचा भाग.

Filtering router - internetwork router which selectively prevents the passage of data packets according to the security policy. संरक्षण-धोरणाप्रमाणे निवडक माहिती संचांचा महाजाळ्यातील अंतर्गत पक्ष.

Finger - a programme that displays information about a particular user logged on the local system. स्थानिक व्यवस्थेतील विशिष्ट उपभोक्त्यासाठी माहितीचे प्रदर्शन करणारी आज्ञावली.

Firewall - a combination of hardware and software that many companies or organizations have in place between their internal networks and the internet. अनेक कंपन्या किंवा संस्थांनी त्यांची अंतर्गत जाळी व महाजाळे यामध्ये बसविलेले संस्करणविभाग व आज्ञावली यांचे एकत्रीकरण.

Flag - way of showing the end of field or of indicating something special in a database. आधारभूत माहितीसंचातील काही विशिष्ट गोष्टी किंवा जागेचा शेवट दाखविण्याचा मार्ग.

Flame - meant to carry forth in a passionate manner in the spirit of honourable debate. आदरणीय भावनाप्रधान तऱ्हेने पुढे नेलेला वादविवाद.

Flame war - an online discussion that degenarates into series of personal attacks against the debators. वक्त्याविरुद्ध अतिशय हीन प्रकाराने वैचारिक हल्ले होणारी प्रत्यक्ष चर्चा.

Flash - a bandwidth friendly and browser - independent animation technology that uses geometrical formulas to represent images. भूमितीय सूत्रे सादर करणारी बँडविड्‌थ आणि शोधक यांच्या सहकार्याचेही स्वतंत्र चलत्‌चित्र तंत्र.

Flash memory - a special type of which can be erased and rerprogrammed in blocks instead of one byte at a time. एकाचवेळी एका बाइट ऐवजी ब्लॉकमध्ये पुन्हा आज्ञावली लिहिणारा आणि आज्ञावली पुसून टाकणारा विशेष प्रकारचा इइपीरॉम (स्मृतिमंजूषा). EEPROM (Electrically Erasable Programmable ROM).

Flat addressing - scheme of addressing does not use a logical hierarchy to determine location. निश्चितस्थळ वा जागा यासाठी तार्किक स्तरांचा वापर न करणारी पत्त्याची योजना.

Flatbed scanner - any scanning device that incorporates a flat transparent plate on which original images are placed for scanning. ज्यावर मूळ प्रतिमा स्कॅनिंगसाठी ठेवली जाते ती सपाट पारदर्शी तबकडी असणारे कोणतेही स्कॅनिंग साधन.

Floating - point processr - a special chip which handles sophisticated calculations, CAD and scientific programmes कॅड आणि शास्त्रीय आज्ञावली, पारंपरिक गणना असलेली एक विशिष्ट चिप.

Floppy disk - secondary storage device in the form of a flat circular flexible disk onto which data can be stored in a magentic form. चुंबकीय स्वरूपात माहितीसाठा करता येणारी सपाट वर्तुळाकार दुय्यम साठा साधन असलेली तबकडी.

Floppy disk controller - (FDC) combination of hardware and software devices that control and manage the read / write operation of a disk drive from a computer. संगणकाच्या तबकडीच्या ड्राइव्हची वाचण्याच्या व लेखनाच्या कार्यावर नियंत्रण ठेवून व्यवस्था करणारे संस्करण भाग व आज्ञावली यांचे एकत्रीकरण.

Flowchart - chart shows the arrangement of the steps in a process / programme आज्ञावलीतील किंवा प्रक्रियेतील रचनेच्या पायऱ्या दाखविणारा तक्ता.

Flow control - technique for ensuring that a transmitting entity does not overwhelm a receiving entity with data माहिती बरोबर मिळणाऱ्या गोष्टीवर प्रक्षेपण करणारी गोष्ट दबाव आणणार नाही असे खात्रीचे तंत्र.

Format - specific method of arranging text / data.मजकूर किंवा माहितीची रचना करण्याची विशिष्ट पद्धत.

Format - to initialize a disk to prepare it for use. तबकडीचा स्वतंत्रपणे वापर होण्यापूर्वी तिच्यावर संस्कार केले जाणे.

Forward channel - communication path carrying information from the call initiator to the called party. बोलावलेल्या पार्टीला बोलावलेल्याकडून माहितीचे वहन करणारा संप्रेषण मार्ग.

Fourier transform - technique used to evaluate the importance of various frequency cycle in a time series pattern वेळेच्या मालिकानमुन्यात वेगवेगळ्या वारंवारताचक्राचे महत्त्वाचे मूल्यमापन करणारे तंत्र.

FPO (For position only) - a low resolution image placed in a document to indicate where the final version is to be positioned. अंतिम आवृत्तीचा दर्जा दाखविण्यासाठी दस्तऐवजात ठेवलेली हलकी प्रतिमा.

FQDN (Fully Qualified Domain Name) - full name of a system rather than just its host name. मुख्य नावापेक्षा संपूर्ण नाव असलेली पद्धत.

Fragmentation - a condition where parts of a file are stored at different locations on a disk. तबकडीतील वेगवेगळ्या जागेवर (ठिकाणावर) संचिकेचे भाग संग्रहित असण्याची स्थिती.

Frame - (1) logical grouping of information sent as a data link layer unit over a transmission medium. प्रक्षेपणाच्या माध्यमाकडे माहितीच्या तार्किक गटात पाठविलेला जणू माहितीदुव्याचा स्तर घटक.

Frame - (2) packet of transmitted data including control and route information. प्रक्षेपित माहितीसंचामध्ये समाविष्ट असलेले नियंत्रण आणि माहितीचा मार्ग.

Framework - basic structure of a database / process / programme. आज्ञावली / प्रक्रिया, आधारभूत माहितीसंच यांची मूळ रचना.

Free indexing - library entries having references to documents which the indexer considers useful, even if they do not appear in the text. मजकुरामध्ये नसलेल्या पण निर्देशकाला उपयोगी वाटणाऱ्या प्रलेखांच्या संदर्भासाठी केलेल्या ग्रंथालयीन नोंदी.

Freenet - community based bullet in board system with e-mail information services, interactive communications and conferencing. इलेक्ट्रॉनिक मेल, माहिती सेवा अंतर्गत कार्यरत संप्रेषण आणि चर्चासत्र यांसह सामाजिक आधाराची/ तत्त्वाची बुलेटिन बोर्ड व्यवस्था.

Frequency - number of recurrences of phenomenon during a specified period of time. In communications the number of wavelengths of light / electricity / number of time the signal repeats the same cycle in a second. ठराविक कालावधीमध्ये एखाद्या तत्त्वाचा पुन्हा पुन्हा येणारा क्रमांक. एका सेंकदामध्ये प्रकाशलहरींचा क्रमांक / वीज / वेळेचा क्रमांक हे संदेश पुन्हा पुन्हा हेच देणारे चक्र.

Frequency reuse - commercial wireless systems are based which involves the partitioning of an RF radiating area (cell) into segments of a cell which for cisco purposes means the cell is broken into three equal segments. ज्यामध्ये आरएफ रेडिअेटिंग क्षेत्राच्या सेलचे सेलच्या भागामध्ये समाविष्ट असलेल्या सिस्कोसाठी केलेल्या विभाजनावर आधारलेल्या व्यावसायिक ताराविरहित पद्धती म्हणजेच सेलचे तीन समान तुकड्यांत केलेले विभाजन.

Front-End - it is a small application which runs on client computer and sends and receives information from database situated on a server. ग्राहक संगणकावर माहितीसाठ्यातील आधारभूत माहितीसंचातून माहिती पाठविणे व मिळविणे यांसाठी केलेला लहान वापर.

Front End Processor (FEP) - processor placed between an input source and the central computer whose function is to preprocess received data to relieve the workload of the main computer. मुख्य संगणकाचा कामाचा बोजा कमी करण्यासाठी मिळालेल्या माहितीवर पूर्वीच प्रक्रिया करणारा मध्यवर्ती संगणक व समावेशित साधने यांमध्ये असलेला प्रक्रियाकार.

FTAM (File Transfer, Access and Management) - In OSI an application layer protocol developed for network file exchange and management between diverse types of computers. विरुद्ध प्रकारच्या

संगणकांमध्ये जाळ्यातील संचिकाची अदलाबदल आणि व्यवस्था करणारा ओएसआय-मधील विकसित केलेला कार्यस्तर नियमसंच.

Function - sequence of computer instructions in a main programme to perform a certain task. काही कार्य पार पाडण्यासाठी मुख्य आज्ञावलीतील संगणकीय सूचनांचा क्रम.

Full mesh - a network in which devices are organized in a mesh topology, with each network node having either a physical circuit or a virtual connecting into every other network node. मेश कार्यक्षेत्रातील प्रत्येक जाळ्याचा बिंदू नैसर्गिक सर्किटने किंवा आभासी जोडणीने प्रत्येक इतर जाळ्याच्या बिंदूला जोडलेली साधने असलेले जाळे.

Function keys - specialised keys on a computer key board for performing specific tasks within application software. आज्ञावलीच्या कार्यामध्ये विशेष कार्याच्या सादरीकरणासाठी संगणकाच्या कळपट्टीवर असलेली विशेष बटने (Keys).

Fussy - not clear. स्पष्ट नसलेले, अस्पष्ट.

Fusion - combining two hardware devices / programmes to create a single form एकेरी रचना करण्यासाठी दोन संस्करण भाग / साधने किंवा आज्ञावली यांचे एकत्रीकरण.

Fuzzy logic - a computational approach where answers are expressed as probabilities / percentage of truth. सत्याचे प्रमाण / शक्यता वर्तविणारी उत्तरे असलेले संगणकीय अनुमान.

Fuzzy logic - type of logic applied to computer programming which tries to replicate the reasoning methods of the human brain. मानवी मेंदूच्या कार्यकारणपद्धतीची तंतोतंत प्रत काढण्यासाठी तर्कशास्त्राच्या प्रकाराची आज्ञावली.

FXO (Foreign Exchange Office) - an FXO interfaces connects to the Public Switched Telephone Network (PSTN) central office, it is the interface offered on a standard telephone. सार्वजनिक दूरध्वनीच्या मध्यवर्ती जाळ्याच्या ऑफिसला जोडलेले एफएक्सओ, संपर्कप्रमाणित दूरध्वनीवर हा संपर्क साधता येतो.

FXS (Foreign Exchange Station) - interface connects directly to a standard telephone and supplies ring, voltage and dial tone. रिंग, व्होल्टेज आणि डायल टोन यांचा पुरवठा करणारा आणि प्रमाणित दूरध्वनीशी प्रत्यक्ष जोडलेला संपर्क.

G

Gain - ratio of the output amplitude of a signal to the input amplitude of a signal. माहितीच्या संस्करणाच्या संदेशाच्या चुंबकीय विद्युत् लहरीचे व समावेशनाच्या संदेशाच्या चुंबकीय विद्युत् लहरीचे प्रमाण.

Gallium arsenide (GaAs) - semiconductor component, a new material for chip construction, it allows for faster operation than silicon chips. सिलिकॉन चिपपेक्षा जलद कार्य करणारी सेमीकंडक्टर कॉँपोनंटपासून बनवलेली चिप.

Gamma correction - the connection of tonal ranges in an image normally by the adjustment of tone curves. प्रतिमेतील आवाजाची मर्यादा जोडणी, सामान्यत: स्वराच्या चढउतारातील तडजोड.

Ganged - mechanically linked devices that are operated by a single action. एकेरी क्रियेमार्फत कार्यासाठी अनेक साधनांची केलेली यांत्रिक जोडणी.

Gang scanning - sequential scanning of multiple originals using the same previously defined exposure setting for each.

Gap loss - signal attenuation due to incorrect alignment of the read / write head with the medium. संदेशाचा जोर कमी होणारी वाचन / लेखन मुख्य साधनाची माध्यमाशी केलेली चुकीची मांडणी.

Garbage - 1) radio interference from adjacent channels. जवळच्या वाहिनीमुळे आकाशवाणीमध्ये येणारे अडथळे, 2) data or information is out of date. अद्ययावत नसलेली माहिती.

Garnut - limited range of colors provided by a specific input / output device. विशिष्ट अंतर्गत व बहिर्गत साधनामुळे मिळालेली रंगमर्यादा.

Gatekeeper - 1) The component of an H.323 conferencing system that performs call address, resolution, admission control and subnet bandwidth management, 2) Telecommunications : H. 323 entity on a LAN that provides address translation and control access to the LAN for H. 323 terminals and gateways.

१) कॉलचे पत्ते, ठरविलेली गोष्ट, प्रवेश नियंत्रण आणि उपजाळ्याचे बँडविड्थ व्यवस्थापन यांचे सादरीकरण करणारे एच. ३२३ सेमिनार व्यवस्थेचे भाग.

२) दूरसंचार माध्यमे एच ३२३ संगणक आणि महाद्वारासाठी एच. ३२३ पत्त्याचे भाषांतर, प्रवेश नियंत्रण स्थानिक क्षेत्रीय जाळ्याला मिळवून देणारी स्थानिक क्षेत्रीय जाळ्यावरील एच ३२३ गोष्ट.

Gateway - it refers to a special purpose device that performs an application layer conversion of information from one protocol stack to another. माहितीचे एका नियमसंचातून दुसऱ्या नियमसंचामध्ये प्रवेश करताना होणारे रूपांतर. हे एक विशिष्ट साधन आहे.

Gateway - hardware or software protocol translation device that allows users working in one network to access another. उपभोक्ता एका जाळ्यावर काम करीत असताना दुसऱ्या जाळ्यात प्रवेश करण्यासाठी परवानगी देणारे संस्करण किंवा आज्ञावलीच्या नियमसंचाचे भाषांतर साधन.

Gateway service for netware - a windows NT server service. When it is installed on a computer it provides service for Netware to all clients. ही विन्डो एनटी साठा सेवा आहे. संगणकामध्ये ही प्रणाली घातल्यावर जाळ्याची सर्व कार्ये ग्राहकाला मिळू शकतात.

Gauge - device which measures thickness. जाडी मोजण्याचे साधन.

Gauge - measure of a cable thickness. केबलची जाडी मोजण्याचे एक मोजमाप.

GCRA (Generic Cell Rate Algorithm) - In ATM an algorithm that defines conformance with respect to the traffic contract of the connection. वाहतुकीच्या जोडणी कराराप्रमाणे रचना करण्याचे स्पष्टीकरण करणारा एटीएम मधील नियमसंच.

General register - data register in a computer processing unit that can store items of data for many different mathematical or logical operations. अनेक प्रकारच्या गणिती वा तार्किक कार्यांच्या गोष्टींची माहिती असलेला संगणकाच्या प्रक्रियाविभागातील साठा.

General purpose programme - programme able to perform many different jobs or applications. अनेक प्रकारची कार्ये करण्याची क्षमता असलेली आज्ञावली.

Generate - to use software or a device to produce codes. आज्ञावली किंवा साधनाचा उपयोग सूचनांचे रूपांतर करण्यासाठी होणे.

Generation - age of the technology used in the design of system. व्यवस्थेच्या आरेखनात तंत्रज्ञानाचा उपयोग केलेला काळ. 1) first generation -

earliest type of technology. original computers made with valve-based technology in 1951.

Generation - 1) पहिली पिढी - तंत्रज्ञानाचा सुरुवातीचा टप्पा. १९५१ मध्ये संगणक व्हॉल्व्ह तंत्रज्ञानावर आधारित होते. 2) Second generation - Computers which used transistors instead of valves. दुसरी पिढी - संगणकामध्ये व्हॉल्व्ह तंत्रज्ञानाऐवजी ट्रान्झिस्टरचा वापर होऊन लागला. 3) Third generation - Computers which used integrated circuits instead of transistors. तिसरी पिढी - यावेळी संगणकामध्ये ट्रान्झिस्टरऐवजी एकमेकांशी जोडलेल्या चक्रांच्या तंत्रज्ञानाचा वापर केला. 4) Fourth genaration - computer technology using LSI circuits developed in 1970. चौथी पिढी - १९७० मध्ये विकसित झालेल्या एलएसआय सर्किट्सचा उपयोग संगणकामध्ये केला. 5) Fifth generation - computer system design using fast VLSI circuits and powerful programming languages to allow human interaction. पाचवी पिढी - मानवी हस्तक्षेपाला व्हीएलएसआय सर्किट्स व शक्तिमान आज्ञावलीची भाषा यांनी दिलेली परवानगी या पिढीच्या संगणकाच्या आरेखनात केलेला वापर.

Generation - distance between file and original version used when making back up. माहितीची सुरक्षित प्रत काढताना संचिका व मूळ प्रत यांतील अंतर.

Germanium - semiconductor material used as a substate in some transistors instead of silicon. सिलिकॉनच्या ऐवजी काही ट्रान्झिस्टर्समध्ये सबकंडक्टरचा सबस्टेट म्हणून केलेला उपयोग.

Get - instruction to obtain a record from file / database. संचिकेमधून अथवा आधारभूत माहिती सामग्री संचातून नोंद मिळविण्याची सूचना.

GGP (Gateway-to-Gateway Protocol) - MILNET protocol specifying how core routers should exchange reachability and routing information. मुख्य पथाला पोहोचण्याची क्षमता व माहितीचा मार्ग यांची अदलाबदल कशी करावी याबद्दल स्पष्टीकरण असलेला मिलनेट नियमसंच.

GIF (Graphic Interchange Format) - format for image files, especially suitable for images containing large areas of the same colour. विशेषत: त्याच रंगाच्या मोठ्या क्षेत्रामध्ये प्रतिमांसाठी केलेली योग्य संचिकाची रूपरेषा.

Gigabit ethernet - standard for highspeed Ethernet - स्थानिक क्षेत्रीय जाळ्यासाठी असलेले अति जलद गतीचे प्रमाणक.

GIGO (Garbage In Garbage Out) - expression meaning that the accuracy and quality of information (output) depends on quality of the input संगणकामध्ये माहितीची नोंद करण्याच्या प्रतीवर माहितीची अचूकता यावर माहितीचे संस्करण अवलंबून असते. हे म्हणजेच माहितीचे मूल्य.

GIX (Global Internet Exchange) - common routing exchange point which allows pairs of networks to implement agreed upon routing policies. पथ धोरणावर दोन जाळ्यांना मान्यता देऊन सामान्य पथ अदलाबदलीचा बिंदू

Gleaning - a process by which a router automatically derives AARP table entries from incoming packets. येणाऱ्या संचामधून एएआरपी तक्ता नोंदी यांत्रिकरीत्या मिळविण्याची प्रक्रिया करणारा मार्ग.

Glitch - anything which causes sudden unexpected failure of a computer / equipment संगणक किंवा साधनाचे कार्य अनपेक्षित कोणत्याही कारणामुळे बंद पडण्याची क्रिया

GNS (Get Nearest Server) - a packet sent by a client on an IPX network to locate nearest particular active server आयपीएक्स जाळ्यावर ग्राहकाच्या (उपभोक्ता) जवळच्या विशिष्ट कार्यरत साठ्यासंबंधीची जागा विचारणारा संच

Gofer - informal person who does all type of work in on office कार्यालयामध्ये सर्व प्रकारची कामे करणारी औपचारिक व्यक्ती.

Goodput - refers to measurement of actual data successfully transmitted from the senders to the receiver. माहिती घेणारा व पाठविणारा यांच्याशी प्रत्यक्ष माहितीचे यशस्वी प्रक्षेपणाच्या परिणामाशी संबंधित असणारा शब्द.

Gopher - a widely successful method of making menus of material available over internet. महाजाळ्यावर उपलब्ध असलेल्या यादीचे साहित्याचे पडद्यावर प्रदर्शन करण्याची व्यापक यशस्वी पद्धत.

GPF - a general protection fault सामान्य संरक्षण चूक

Grade of service - a measure of telephone service quality based on the probability which a call with encounter a busy signal during the busiest hours.

Graph - diagram showing the relationship between two or more variables. दोन किंवा अधिक मूल्यांमधील संबंध दाखविणारी आकृती.

Graphic - representation of information in the form of pictures instead of text. मजकुराविना माहितीचे सादरीकरण करणारी चित्रे.

Graphic display resolution - numbers of pixels that a computer is able to display on the screen लहान जागेतील प्रकाशाचे पडद्यावर पिक्सेलचे प्रदर्शन

करण्याची संगणकाची क्षमता.

Graphic language - computer programming language with inbuilt commands that are useful when displaying graphics. चित्रांचे प्रदर्शन करण्यासाठी उपयोगी पडणारी आज्ञा अंतर्भूत असणारी संगणकीय आज्ञावली भाषा.

Graphical user interface - the graphical visual representation presents the elements of our computer as an object on a desktop. आकृतिमय दृश्य सादरीकरण करताना उपभोक्त्याचा संगणकाच्या घटकाशी येणारा संपर्क.

Graphics pad - flat device that allows user to input graphical information into a computer by drawing on its surface. उपभोक्त्याने संगणकाच्या पृष्ठभागावर चित्रे काढून ती चित्रमय माहितीमध्ये समाविष्ट करण्याचे एक सपाट साधन.

Gray code - coding system in which the binary representation of numbers changes by only one bit at a time from one number to the next. एका क्रमांकापासून दुसऱ्या क्रमांकापर्यंत एकाच वेळी फक्त एकाच बिटने द्विअंकी क्रमांकाचे सादरीकरण करणारी सांकेतिक लिपी (भाषा)

Grey scale - image that contains only black, grey and white pixels and utilises only grey tones in place of colours. प्रतिमेमध्ये काळा, करडा आणि पांढऱ्या रंगाचे बिंदू असतात. अशावेळी केवळ करड्या रंगाचा इतर रंगांच्या ठिकाणी केलेला उपयोग.

Ground start - a method of signaling which is used primarily on co trunk lines to PBXS. पीबीएसला असलेल्या मुख्य मार्गाच्या तारांसाठी वापरण्यात येणारी संदेशाची पद्धत.

Ground station - collection of communication equipment designed to receive signals from satellites and transmit signals to satellites. उपग्रहाकडून येणाऱ्या व प्रक्षेपित होणाऱ्या संदेशाचे संप्रेषण करणारे साधन

Ground station - equipment and antenna on the earth used to communicate with an orbiting satellite आकाशातील उपग्रहाशी संपर्क साधणारी पृथ्वीवरील साधने व अँटेना.

Ground track - imaginary line drawn on the Earth's surface by the subsatellite points of satellite's orbit उप-उपग्रहाच्या कक्षेमधील उपबिंदूंनी काढलेली पृथ्वीच्या पृष्ठभागावरील काल्पनिक रेषा.

Group - 1) Set of computer records that contains related information. संबंधित माहितीचा समावेश असलेल्या संगणकीय नोंदींचा संच. २) single communication channel multiplexed together.

Group - 2) अनेक संदेश एकत्र केलेल्या अनेक वाहिन्यांची एक संप्रेषणवाहिनी.

Group policy - policy used for the group of clients. उपभोक्त्यांच्या गटासाठी असलेले धोरण.

GSM (Global System for Mobile Communication) - A second generation mobile wireless networking. दुसऱ्या पिढीतील ताराविरहित भ्रमणध्वनी जाळे पद्धती.

GTP (GPRS Tunneling Protocol) - It handles the flow of user packet data and signaling information between the SGSN and GGSN in a GPRS network. जी पी आर एस जाळ्यातील एस जी एस एन आणि जी जी एस एन यांमधील माहितीचा संदेश आणि उपभोक्त्याच्या संचातून होणारा माहितीप्रवाह सुरळीत करणारा नियमसंच.

GTT (Global Title Translation) - function usually performed in an STP is a procedure by which the destination signaling point and subsystem number is determined from digits present in the signaling message. ठिकाणाचा संदेश बिंदू आणि उपव्यवस्थेतील क्रमांक यांचा उपस्थित संदेशातील अंक निश्चित करण्याची पद्धत.

Guard band - an unused frequency band between two comnunication channels. संप्रेषणाच्या दोन वाहिन्यांमधील न वापरलेल्या लहरी.

Guard band - section of magnetic tape between two channels recorded on the same tape. एकाच फितीवर दोन वाहिन्यांतील माहितीची नोंद झालेला चुंबकीय फितीचा भाग.

GUI (Graphical User Interface) - User uses pictorial as well as texual representations of the input output of applications and the hierarchical data structure in which information is stored. ज्यामध्ये माहितीचा साठा आहे त्याच्याशी कार्यातील समाविष्ट आणि संस्करणविभागातील पारंपरिक, माहिती-रचना आणि मजकूर व चित्रमय सादरीकरणातून उपभोक्त्याने साधलेला संपर्क.

Guide bars - special lines in a bar code that shows the start and end of the code. संगणकीय सांकेतिक पट्टीतील आरंभ आणि शेवट दाखविणाऱ्या विशिष्ट ओळी.

H

Hack - 1) to experiment and explore computer software and hardware संगणकीय आज्ञावली आणि संस्करणविभाग यांच्यावर प्रयोग करणे, त्यांची परीक्षा करणे. 2) to break into computer system for criminal purpose. संगणकीय व्यवस्था गुन्ह्याच्या हेतूने मोडणे.

Hacker - a person who has an intimate understanding of the internal working of a system. ज्या व्यक्तीला अंतर्गत कार्यपद्धतीचे सखोल ज्ञान असते ती व्यक्ती.

Hairpin - to send a call back in the direction that it came from a telephony term. हा दूरध्वनीसंबंधी शब्द आहे. ज्या दिशेने व जेथून काल आला त्या दिशेकडे परत पाठविणे.

Half duplex - data transmission in only one direction at a time between sending station and receiving station. माहिती पाठविणारे स्थळ व माहिती मिळवणारे स्थळ यांमधील वेळेत एकाच दिशेने होणारे माहितीचे प्रक्षेपण.

Halftone - simulation of continuous tones by the use of black or overlapping process colour dots of varying sizes or positions. अनेक आकार किंवा स्थितीच्या रंगाच्या बिंदूंची एकमेकांवरील प्रक्रिया किंवा काळ्या रंगाचा उपयोग करून अखंड छटेची केलेली प्रतिकृती.

Hand - held programmable - hand held computer which is useful for basic information input when terminal is not available. संगणक उपलब्ध नसेल त्यावेळी छोट्या संगणकाचा मूळ माहितीच्या समावेशनासाठी केलेला वापर.

Handle - a person utilizing internet relay chat. महाजाळ्यावर अखंड गप्पागोष्टी करणारी व्यक्ती.

Hand off - to pass control of a communication channel from one transmiter to another. एका प्रक्षेपकाकडून दुसऱ्या प्रक्षेपकाकडे संप्रेषणवाहिनीचे नियंत्रण सोपविणे.

Handshake - 1) standardized signals between two devices to make sure that the system is working correctly. सर्व व्यवस्था सुरळीत योग्य तऱ्हेने कार्य करीत आहे अशी खात्री पटण्यासाठी संदेशाचे दोन साधनांतील प्रमाणीकरण.

Handshake - 2) sequence of messages exchanged between two or more network devices to ensure transmission synchronization. दोन किंवा अधिक जाळ्यांतील साधनामध्ये संदेशांची अदलाबदल होताना महत्त्वाची माहिती प्रक्षेपित होते याची खात्री.

Hang time - visitor's viewing presence at site. Long viewing time considered more valuable. संकेतस्थळावरील दर्शकाचा पाहण्याचा काळ. किंमती समजला जाणारा पाहण्याचा जास्त वेळ.

Hang up - to cut off communication line संप्रेषणांमधला दुवा मध्येच थांबणे.

Hard copy - printed copy or filmed output. समोर आलेली मुद्रित प्रत अथवा छायाचित्र.

Hard disk - (Hard drive) main device of a computer, is used to permanently store and retrieve information. It is installed inside the computer. संगणकाचे मुख्य साधन, संगणकाच्या आत कायमच्या बसविलेल्या माहितीचा कायमस्वरूपी साठा करण्यासाठी व माहितीच्या पुनर्प्राप्तीसाठी उपयोग होणारे साधन याला हार्ड ड्राइव्ह असेही म्हणतात.

Hard disk drive - unit used to store and retrieve data from a hard disk. हार्ड तबकडीवर माहिती साठविणारा व त्या माहितीची प्रतिप्राप्ती करून देणारा घटक.

Hardware - any physical device connected to a computer संगणकाशी जोडलेले कोणतेही यांत्रिक संस्करण साधन.

Hardware compatibility list - a list of hardware which is supported by an operating system. कार्यान्वित पद्धतीला पूरक ठरणाऱ्या संस्करण विभागांची यादी.

Hardware configuration - devices within and connected to a computer set up in order to work together. साधनांना एकत्रित काम करण्यासाठी संगणकाशी जोडलेली व अंतर्गत असलेली साधने यांची केलेली जोडणी.

Hash code - coding system derived from ASC II codes where code numbers for first three letters are added up giving a new number used as hash code. अेएससी २ ह्या सांकेतिक शब्दांमध्ये पहिल्या तीन अक्षरांचे क्रमांक जोडून वापरलेला नवीन क्रमांक उदा. हॅश कोड.

Hazard - fault in hardware due to incorrect signal timing. संदेशाच्या चुकीच्या वेळेमुळे संस्करणाच्या घटकामध्ये निर्माण झालेला दोष.

HCMS (High Performance (voice) (compression Module) - modules which provide voice compression according to coding algorithm. specified cisco MC 3810 multiservice conentrator is configured. सांकेतिक शब्दांच्या नियमाच्या संचाप्रमाणे जी मोड्यूल्स आवाजाची गर्दी पुरवितात त्यामध्ये सीआयएससीओ एमसी ३८१० हा अधिक सेवा देणारा कॉन्सन्ट्रेटर बसविलेला असतो.

HDLC (High Level Data Link Control) - Bit-oriented data link layer protocol developed by ISO. आंतरराष्ट्रीय प्रमाणक संस्थेने विकसित केलेला बिट आधारित माहिती दुवा स्तर नियमसंच.

HDS (Historical Data Server) - a workstation with special ICM historical database. ऐतिहासिक माहितीचा साठा. ऐतिहासिक आधारभूत माहिती सामग्री असलेले विशिष्ट आयसीएम स्थळ.

HDSL - (High Date Rate Digital Subscriber Line) - one of four DSL technologies - HDSL delivers 1.544 Mbps of bandwith each way, two copper twisted pairs. चार डिएसएल ग्राहक वाहिनी तंत्रापैकी एक, दोन तांब्याच्या ट्विस्टेड जोडीमार्फत प्रत्येक मार्गाने बॅडविड्थच्या १.५४४ एमबीपीएस वेगाने एचडीएसएल द्वारे होणारे वितरण.

HDTV (High Definition Television) - Regular NTSC signals have 525 lines of resolution. HDTV has 1125 lines of resolution एचडीटीव्हीला ११२५ वाहिन्या असतात. आणि नेहमीच्या एनटीएससी संदेशाच्या असलेल्या ५२५ वाहिन्या.

Header - a portion of a packet of transmitted information preceding actual data, containing source and destination address. It is also part of electronic message. आधी येणारी प्रत्यक्ष माहिती, तिचे साधन व स्थळाचा पत्ता अशा प्रक्षेपित माहितीच्या संचाचा एक भाग, इलेक्ट्रॉनिक संदेशाचाही एक असणारा भाग.

HEC (Header Error Control) - algorithm for checking and correcting an error in an ATM cell अेटीएम मधील तपासणी व चुकांची दुरुस्ती करणारा नियमसंच.

HELLO - interior routing protocal used by NSF Net nodes. It allows particular packet switches to discover minimum delay routes. एनएसएफ

जाळ्याच्या बिंदूंमध्ये वापरला जाणारा अंतर्गत मार्गाचा नियमसंच. हा नियमसंच विशिष्ट संच जोडून कमीत कमी विलंब लावणाऱ्या मार्गाचा शोध घेतो.

Hello - packet - multicast packet used by routers for neighbour discovery and recovery. एका मार्गाकडून शेजारील मार्गाच्या शोधासाठी व नुकसान भरून काढण्यासाठी वापरले जाणारे अनेकविध संच.

Hello protocol - it is used by OSPE systems for establishing and maintaining neighbour relationship. शेजारी संबंध प्रस्थापित करून ते चांगले ठेवण्यासाठी वापरली जाणारी ओएसपीई पद्धत.

HEPnet - High Energy physics research network. पदार्थविज्ञानाचे शक्तिमान असलेले संशोधनजाळे.

Heterogeneous network - network consisting of dissimilar devices which run dissimilar potocols and support dissimilar functions, applications. ज्या जाळ्यामध्ये असमान साधने असतात आणि जे जाळे असमान नियमसंच सुरू करतात. तसेच असमान कार्ये, उपयोजनाला मदत करतात. असमान साधने, नियमसंच, कार्ये व उपयोजना असणारे जाळे.

Hexadecimal - base 16 arithmetic. These digits represented by 0 through 9 and letter A through F. यामध्ये ० ते ९ असे अंक अे ते एफ पर्यंत अक्षरे सादर करणारे १६ गणिती अंक.

HFC (Hybrid Fiber Coaxial) - Developed technology by the cable TV industry to provide two - way high speed data access. दोन्ही बाजूने माहितीमध्ये अतिजलद प्रवेश देणारे केबल दूरदर्शनचे विकसित तंत्रज्ञान.

Hidden files - important system files which are displayed in a directory listing and cannot normally be read by a user. निर्देशिकायादीमध्ये नोंद दाखविणारी, पण उपभोक्त्याकडून सामान्यत: वाचली न जाणारी महत्त्वाची संचिका व्यवस्था.

Hierarchical addressing - a scheme of addressing which uses a logical hierarchy to determine location. पत्ता शोधण्याची एक पद्धत. यामध्ये तार्किकतेने श्रेणीचे स्थान निश्चित करण्यासाठी वापरली जाणारी पत्ता शोधण्याची एक योजना.

Hierarchical computer network - method of allocating control and processing functions in a network to the computers which are most suited to the task. जाळ्यामध्ये कार्यासाठी योग्य असलेल्या संगणकाचे नियंत्रण व प्रक्रियेची कामे सोपविण्याची पद्धत.

Hierarchical database - database in which records can be related to each other in a defined structure. योजनाबद्ध आराखड्यातील एकमेकांशी संबंधित नोंदींचा आधारभूत माहितीसंच. श्रेणीनुसार रचना असलेला आधारभूत माहितीसंच.

Hierarchical directory - directory listing of files on a disk, showing the main directory and its files, branches and any subdirectories. मुख्य निर्देशिका, तिच्या संचिका, शाखा आणि कोणत्याही उपनिर्देशिका दाखविणारी संचिकांची यादी असलेली निर्देशिका.

Hierarchical routing - a complex problem of routing on large networks can be simplified by reducing the size of the networks. जाळ्यांचे आकार लहान करून मोठ्या जाळ्याच्या मार्गामधील जटिल समस्या सोप्या करणे.

High level language - computer programming language, it is easy to learn and allows user to write programmes, the programme is then translated into machine code. शिकण्यास व उपभोक्त्याला आज्ञावली लिहिण्यास सोपी भाषा. नंतर या आज्ञावलीचे यांत्रिक सांकेतिक शब्दात भाषांतर करणारी संगणकीय आज्ञावली भाषा.

High performance file system - it is used by OS / 2 windows NT used to support HPFS but HPFS support was dropped for NT version 4.0 एन टी आवृत्ती ४.० चा पाठिंबा न घेणारे एचपीएफएस ला पाठिंबा देण्यासाठी वापरले जाणारे ओएस १२ विन्डोज एनटी.

Hit - used in reference to world wide web. a single request from web browser for a single item from a web server. Thus web browser displays a page that contains 3 graphis 4 hits. Hits are often used as a very rough measure load on a server. जागतिक व्यापक जाळ्याशी याचा संपर्क येतो. हे जाळे वापरणारा शोधक जाळ्याच्या साठ्याकडे एका विषयासाठी विनंती करतो. त्यावेळी संगणकावर जे पृष्ठ सादर होते तीन आकृती व चार हिट्स असतात. साठ्यावर जादा भार येतो त्या संदर्भात हिट्स नेहमी वापरला जातो.

HLR (Home Location Register) - a database contains information about subscribers of a mobile network. सभासदांची माहिती ते मोबाईल जाळ्याविषयी माहिती समाविष्ट असलेली आधारभूत माहितीसामग्री.

HMAC (Hash - based Message Authentication Code) - it is a mechanism for message authentication using cryptographic hash functions. सांकेतिक कार्याचा उपयोग संदेशाच्या अधिकृततेसाठी करणारी पद्धती.

Holograph - handwritten manuscript. लिखित दस्तऐवज.

Home computer - micro computer designed for home use. घरातील वापरासाठी आरेखित केलेला छोटा संगणक.

Homepage - refers to practically any web page, for a business, organization person. Main page is out of a collection of web pages. संगणकीय जाळ्यातील पृष्ठ याचा उपयोग उद्योगधंदा, संस्था व व्यक्ती करतात. मुख्य पृष्ठ हे जाळ्यातील पृष्ठांचा संग्रहच असते.

Hook flash - telephone device during a call to indicate that the telephone is attempting to perform a dial-tone recall from PBX पीबीएक्स कडून आलेला कॉल दूरध्वनी देण्याचा प्रयत्न करीत आहे असे दूरध्वनीचे साधन कॉल सुरू असताना दर्शविते.

Hop - Link from source to router, router to router, and router to destination स्थळ ते मार्ग, मार्ग ते मार्ग आणि साधन ते मार्ग असलेला दुवा.

Hop count - number of routers which a data packet travels across + 1 to get its destination. माहितीसंचातून प्रवेश करणाऱ्या स्थळाकडे जाणाऱ्या + १ ओलांडणाऱ्या मार्गाच्या क्रमांकापैकी एक.

Host - computer system on a network. जाळ्यातील संगणकपद्धती.

Host computer - computer in a network which provides special services programming languges to all users. विशिष्ट सेवा / आज्ञावली भाषा देणारा संगणकीय जाळ्यातील मुख्य संगणक.

Host number - Part of IP address that designates which node on the subnetwork is being addressed. Host address. मुख्य पत्ता उपजाळ्यावरील कोणत्या बिंदूचा पत्त्यासाठी उपयोग होईल यासंबंधी विशेष काम करणारा महाजाळ्याच्या नियमसंचातील पत्त्याचा भाग.

Hot swapping - when device is enclosed in an enclosure which allows the device to be removed while the computer system using it remains in operation. संगणक व्यवस्था कार्यामध्ये त्या साधनाचा ते साधन बदलून तसाच उपयोग केला जाण्यासाठी साधन जोडणे, बदली साधन.

HPR (High - Performance Routing) - second - generation routing algorithm for APPN. एपीपीएन साठी असलेला दुय्यम पिढीचा नियमसंच.

HSSI (High - Speed Serial Interface) - Network standard for high - speed serial connections over WAN links. बृहत् क्षेत्रीय जाळ्यातील दुव्यांची जलदगतीची प्रमाणित जोडणी.

HTML (Hypertext Markup Language) - Hypertext document formating language that uses tags to indicate how a given part of a document should be interpreted by a viewing application such as web browser. जाळे शोधकाकडून प्रदर्शित होणाऱ्या कार्याचे दिलेल्या प्रलेखातील भागाचे स्पष्टीकरण देऊन हे कार्य कसे चालते हे टॅगच्या सहाय्याने दर्शविणारी हायपरटेक्स्ट डॉक्युमेंट लँग्वेज.

Hub - (1) it is used to describe a device that serves as the center of a star to policy network. जाळ्याचे मध्यवर्ती केंद्र म्हणून कार्य करणारे साधन. (2) Hardware or software device that contains multiple independent but connected modules of network and internetwork equipment. (२) जाळ्याची अंतर्गत साधने व अनेकविध भाग जोडलेले पण स्वतंत्र असलेले मोड्यूल संस्करण विभाग किंवा आज्ञावलीचे साधन.

Hybrid encryption - application of cryptography which combines two or more encryption algorithms. दोन किंवा अधिक सांकेतिक नियमसंच समाविष्ट असले कार्य करणारे सांकेतिक लिपी.

Hybrid network - internet work made up of more than one type of network technology LAN and WAN. जाळ्यामध्ये एकापेक्षा अधिक जाळ्याचे तंत्रज्ञान वापरलेले असते. उदा. स्थानिक क्षेत्रीय जाळे आणि जागतिक क्षेत्रीय जाळे.

Hyper link - a link in a web page that takes a person to another location when activated. या दुव्यामुळे व्यक्तीला दुसऱ्या स्थानावर जाता येते. ही जाळे-पृष्ठातील एक जुळणी.

Hypertext - a linkage between related text. संबंधित मजकुरामध्ये जुळणी करणारा मजकूर.

Hypertext Markup Language - a coding language which is used to create hypertext documents for use on the worldwide web. जगातील व्यापक जाळ्यामध्ये हायपरटेक्स्ट प्रलेख निर्माण करण्यासाठी वापरली जाणारी सांकेतिक भाषा.

I

I / O (Input / Output) - referring to the receiving or transmitting of data. माहिती समाविष्ट करणे व प्रक्षेपित करणे यासंबंधित साधने.

I / O address (Input / Output address) - a hexadecimal number assigned to a piece of hardware in a computer and then given to software driver for that piece of equipment so that they can communicate संप्रेषणासाठी संगणकातील संस्करणविभागाच्या तुकड्याला दिलेले षट्कोनाकृती क्रमांक आणि आज्ञावलीच्या चालकाच्या साधनाच्या भागाला दिलेले क्रमांक.

I / O buffer - temporary storage area for data waiting to be input or output माहितीचे समावेशन किंवा संस्करण यासाठी असलेला तात्पुरता साठा.

I / O channel - link between a processer and peripheral allowing data transfer. माहिती प्रवाहबदलासाठी प्रक्रियाकार व इतर साधने यांतील दुवा.

I / O operations - Input / Output operations instructions provided by a programme for inputting data into internal memory and outputting information संगणकाच्या अंतर्गत स्मृतिमंजूषेमध्ये माहिती घालण्यासाठी आणि त्याचे संस्करण करण्यासाठी आज्ञावली दिलेली सूचना.

I / O port - circuit or connector that provides an input / output channel from a CPU to another device. मध्यवर्ती कार्यप्रणालीने दुसऱ्या साधनाला जोडलेले माहितीसमावेशन आणि संस्करणवाहिनी जोडणारे सर्किट किंवा जोडणी.

IAB (Internet Architecture Board) - Board of internetwork researchers who discuss issues pertaining to internet architecture महाजाळ्याच्या बांधणीसाठी तसेच महाजाळ्याच्या आरेखनासाठी या बोर्डातील संशोधकांनी केलेली चर्चा.

IAHC (Internet International Ad hbc Committee) - a coalition of parttcipants from the broad internet community who works to satisfy requirement for enhancement to internet global DNS महाजाळ्याच्या गरजा

पूर्ण करून त्याला वैश्विक डीएनएस विकासासाठी कार्य करणारी महाजाळ्याच्या समाजातील सहभागी सभासदांची समिती. (युती).

IAR (Instruction Address Register) - register in a CPU that stores the location of the next instruction to be processed. मध्यवर्ती कार्यप्रणालीतील नंतरच्या सूचनांची प्रक्रिया करण्यासाठी साठा केलेल्या जागांच्या नोंदीची यादी.

ICC (Interface Controller Card) - a high capacity network interface card used in the cisco VCO / 4K product सिस्को व्हिसिओ /4K मध्ये वापरलेले उच्च क्षमतेचे जाळे संपर्काचे कार्ड.

ICD (International Code Designator) - one of two ATM address formats developed by ATM forum for use by private networks. खासगी जाळ्यासाठी एटीएम फोरमने विकसित केलेल्या दोनपैकी एक एटीएम पत्त्यांचा संच.

ICMP (Internet Control Message Protocol) - Network layer Internet protocol which reports errors and provides other information relevant to IP packet processing. चूक असलेली नोंद करून महाजाळ्याच्या नियमसंचाला इतर संबंधित माहिती प्रक्रियेसाठी पुरविणारा जाळे स्तराचा महाजाळ्याचा नियमसंच.

ICON - picture displayed on screen used in an interactive computer system to provide an easy way of identifying a function. कार्याची ओळख सोप्या रीतीने देण्यासाठी संगणकातील अंतर्गत व्यवस्थेच्या वापरासाठी पडद्यावर प्रदर्शित केलेली चित्रे.

I - D (Internet Draft) - working documents of the IETE from its areas and working groups. आय ई टी ई क्षेत्रातून आणि कार्यकारी गटातून आलेले कार्यकारी दस्तऐवज.

ID Card - card which identifies a person and is carried about to prove their identity. व्यक्तीची ओळख पटविण्यासाठी ओळखीच्या गोष्टी देणारे कार्ड

IDB (Interface Description Block) - a sub block is an area of memory which is private to an application. स्मृती मंजूषेतील उपयोगाच्या दृष्टीने असलेले खासगी क्षेत्र.

Identification - procedure used by host computer to establish the identity and nature of calling computer / user मुख्य संगणकाकडून विचारणा केलेल्या संगणकाची किंवा उपभोक्त्याची ओळख पटविण्यासाठी असलेली पद्धत.

Identifier - set of characters used to distinguish between diferent blocks of data / files. माहिती किंवा संचिका यांचे वेगवेगळ्या ब्लॉक्समधील फरक ओळखणारा अक्षर संच.

Idle - device which is not being used but is ready and waiting to be used. उपयोगाच्या प्रतीक्षेत असलेले पण अद्याप उपयोग न झालेले साधन.

IDPR (Interdomain Policy Routing) - its protocol dynamically exchanges policies between autonomous systems. यांत्रिक पद्धतीतील गतिमान अदलाबदलीच्या धोरणाचा नियमसंच.

IEPG (Internet Engineering Planning Group) - primarily composed of internet service operators. मुख्यत: महाजाळ्याच्या सेवाकार्यकर्त्यांचा एकत्र केलेला गट.

IFIP (International Federation for Information processing) - a research organization which performs OSI pre-standardization work. ओएसआयच्या पूर्व प्रमाणित कार्याचे संशोधन करणारी संस्था.

IGMP (Internet Group Management Protocol) - used by IP hosts to report their multicast group memberships to an adjacent multicast router. अनेकविध जवळचे मार्ग महाजाळ्याच्या अनेकविध सभासदांच्या गटाला सांगणारा महाजाळ्याच्या मुख्य संगणकाचा नियमसंच.

IGP (Interior Gateway Protocol) - Internet protocol used to exchange routing information within an autonomous system. यांत्रिकी व्यवस्थेतील मार्गातील माहितीची अदलाबदल करण्यासाठी वापरला जाणारा महाजाळ्याचा नियमसंच.

IKE (Internet Key Exchange) - it establishes a shared security policy and authenticates keys for services that require the keys. सेवेसाठी योग्य असलेल्या कळांना (कीज) गरज असलेल्या कळा आणि सुरक्षाधोरणाची वाटणी करणाऱ्या महाजाळ्यातील अदलाबदल करणाऱ्या कळा.

Image - copy of an original picture / design. मूळ चित्र / आरेखन याची प्रत.

Image map - a graphic divided into regions. क्षेत्रामध्ये विभागलेला आलेख.

Image scanner - input device which converts documents / drawings. प्रलेख किंवा चित्रे रूपांतरित करणारे समावेशित करणारे साधन.

IMAP (Internet Message Access Protocol) - method of accessing e-mail / bulletin board messages kept on a mail server which can be shared. मेलच्या साठ्यावर ई-मेल / बुलेटिन बोर्ड संदेश साठवून ठेवणाऱ्या संदेशांची वाटणी करणारा नियमसंच.

Immediate addressing - accessing data immediately because it is held in the address field itself. पत्त्याच्या जागेत माहिती असल्यामुळे माहितीला तातडीने देण्याचा प्रवेश.

Immediate start - method of E and M signaling. when the signaling leads indicate a change to an off hook state the interface is immediately ready to send signaling information. ई आणि एम संदेशपद्धत जेव्हा संदेश मार्गदर्शन करून बदल दर्शवितात, संपर्क तात्काळ माहिती पाठविण्यास तयार असण्याची स्थिती.

Impedance - loss of energy from an alternating current. पर्यायी प्रवाहापासून ऊर्जा मिळणाऱ्याचा तोटा.

Impression - it is one viewer looking at banner ad. बॅनर (जाहिरात) पाहणारा एकच दर्शक.

INA - 1) Interactive Network Adapter अंतर्गत जाळे जोडणी - साधन.

2) Information Networking Architecture माहिती जाळ्याचे आरेखन.

Inactive window - in a multiple window environment any window which is behind the active window and title bar is greyed out अनेक विंडो कार्यरत असताना तिच्या पूर्वीच्या विंडोची शीर्षक जागा करड्या रंगाची असून ती विंडो कार्यक्षम नसते.

INB (Install busy) - entity has just been created but has not been commanded in service or out of service. आज्ञा न करणारी कार्यरत किंवा सेवेच्या पलीकडे निर्माण केलेली वस्तू.

In band signaling - transmission within a frequency range used for information transmission. माहिती प्रक्षेपणासाठी उपयोगी पडणारा प्रक्षेपणातील लहरीचा टप्पा.

Inbuilt - device included in a system. व्यवस्थेमध्ये समाविष्ट असलेले साधन.

Independent events - where knowing the outcome of one does not affect the probability of the other. एखाद्या गोष्टीचा दुसऱ्या गोष्टीवर परिणाम होण्याची नसलेली शक्यता.

Index - list of items in a computer memory usually arranged alphabetically. अनुवर्णाप्रमाणे रचना असलेल्या गोष्टींची संगणकाच्या स्मृतिमंजूषेतील यादी.

Indexed sequential access method - data retrieval method using a list containing the address of each stored record. यादीतील प्रत्येक संग्रहित नोंदीचे स्थान वापरण्याची माहितीच्या प्रतिप्राप्तीची पद्धत.

Industry Standard Architecture (ISA) - it was designed by IBM and used in IBM pc. ह्याचे आरेखन आयबीएमने केलेले होते. याचा वापर आयबीएम संगणकात केला जातो.

Informatics - science of ways and means of information processing and transmission. माहितीचे प्रक्षेपण आणि माहितीवर प्रक्रिया करणाऱ्या साधनांचे आणि रीतींचे शासन.

Information - data that has been processed प्रक्रिया केलेली माहिती.

Information element - in ATM the portion of signaling packet which carries information used in the UNI specification. यू एन आय वैशिष्ट्यामध्ये माहितीचे वहन करणारा अेटीएममधील संदेशसंचाचा भाग.

Information management system - computer programme that allows information to be easily stored, retrieved search and updated. माहिती सोप्या रीतीने संग्रहित करणे. तिची प्रतिप्राप्ती, तिचा शोध व तिची अद्ययावतता यासंबंधातील संगणकीय आज्ञावली.

Information networks - number of data bases linked together usually by telephone lines and modems allowing a large amount of data to be accessed by a wider section of users. उपभोक्त्यांना मोठ्या व्यापक प्रमाणात माहितीमध्ये प्रवेश मिळविण्यासाठी दूरध्वनी तारा आणि मोडेमद्वारा अनेक आधारभूत माहिती संचांची केलेली एकत्र जोडणी.

Information processing - organizing processing and extracting information from data. कच्च्या माहितीवर प्रक्रिया करून संस्करण.

Information provider - company or user that provides an information source for use in a videotext system. व्हिडिओ टेक्स्ट (दृश्य मजकूर) पद्धतीमध्ये माहितीचा स्रोत पुरविणारा उपभोक्ता किंवा कंपनी.

Information retrieval - locating quantities of data stored in a database and producing information from the data. आधारभूत माहिती सामग्रीमधील अनेक संग्रहित माहितीतून माहितीचे स्थान शोधून त्यामधून ती मिळविणे. माहितीची प्रतिप्राप्ती.

Information retrieval - locating quantities of data stored in a database and producing information from the data. आधारभूत माहिती संचातील संग्रहित अगणित माहितीतून माहिती घेऊन तिची माहितीमध्ये केलेली निर्मिती.

Information retrieval centre - research system, providing specific information from a database for a user उपभोक्त्यासाठी आधारभूत सामग्रीमधून विशेष माहिती मिळवून देणारे संशोधनकेंद्र.

Information system - computer system which provides information according to a user's request. उपभोक्त्याच्या गरजेप्रमाणे माहिती देणारी संगणकीय व्यवस्था.

Information technology - it is concerned with the furtherance of computer science and technology, design, development, installation and implementation of information systems and application. याचा संबंध संगणकशास्त्र आणि तंत्रज्ञान यांच्याशी येतो. आरेखन, विकास, माहितीच्या पद्धतींचा वापर या गोष्टी यामध्ये अंतर्भूत असतात.

Information terminal - special visual display unit that allows users to create and edit videotext pages before sending to the main videotext उपभोक्त्याने मुख्य दृश्य मजकुराकडे पाठविण्यापूर्वी निर्माण केलेली व संकलित केलेली दृश्य मजकुराची पृष्ठे प्रदर्शित करणारा विशिष्ट संगणक.

Information theory - formulae and mathematics concerned with data transmission equipment and signals. माहितीच्या प्रक्षेपणसाधनांशी आणि संदेशाशी संबंधित सूत्रे आणि गणित.

Infrastructure - technical facilities and institutional arrangements which support communication via telecommunication, broadcasting recording etc. and realization of human capital also. संप्रेषणासाठी तांत्रिक सुविधा, संस्थेची रचना यांचबरोबर दूरसंचारमाध्यमे, प्रसारण, इ. बरोबर मानवी भांडवलाचाही यात समावेश होतो.

Ingress noise - noise heard over air signals which are coupled inadvertently into the nominally closed coaxial cable distribution system. केवळ नावाने बंद असलेल्या कोॲक्सिअल वाहिनी वितरण व्यवस्थेमध्ये अनवधानाने आलेले हवेचे संदेश अंतर्गत आवाज.

Initializing (formating) - setting up a disk to receive information. माहिती मिळविण्यासाठी तबकडीची केलेली योग्य रचना.

Inline images - graphics which are contained within a document of tetxual information. मजकुरासहित माहितीच्या प्रलेखात समाविष्ट असलेली चित्रे.

Inpulse rule - sequence of instructions which define autonomous call processing actions to be completed on incoming ports in the cisco VCO / 4 k switch सिस्को व्हीसीओ / ४ के जोडणीमधील येणारे मार्ग पूर्ण करण्यासाठी स्वायत्त कॉलच्या प्राक्रियेच्या कार्याचे स्पष्टीकरण करणारा सूचनांचा अनुक्रम.

Input - action of inputting information. संगणकामध्ये माहिती समाविष्ट करण्याची क्रिया.

Input device - device which converts actions / information into a form which computer can understand and transfers the data to the processor.

संगणकाला समजू शकेल अशी माहिती, प्रक्रियेसाठी पाठविण्याच्या स्वरूपात माहिती किंवा क्रिया रूपांतर करणारे साधन.

Install - to set up a new computer system to the user's requirements. उपभोक्त्याच्या आवश्यकतेप्रमाणे नवीन संगणकव्यवस्था बसविणे.

Installation - 1) a computer and equipment used for one type of work and processing एक प्रकारचे काम करण्यासाठी आणि प्रक्रियेसाठी वापरली जाणारी संगणक आणि साधने. 2) setting up a new computer system बसविलेली नवीन संगणकव्यवस्था.

Installer - copy system software / an application of floppy disk / CD ROM to your computer disk. आज्ञावली तबकडीचा वापर किंवा सीडी रोम यांच्या प्रती काढण्याची पद्धत.

Instruction - word used in a programming language that is understood by a computer to represent an action. कार्य करण्यासाठी संगणकासाठी आज्ञावलीच्या भाषेत वापरला जाणारा शब्द, सूचना.

Insured rate - long term data throughput in bits or cells per second. which ATM network commits to support under normal conditions. एटीएम जाळ्याने सर्व सामान्य करारानुसार आधार देण्याचे आश्वासन दिलेली जास्त कालावधीतील बिट्स किंवा प्रत्येक सेलमधील माहिती.

Int (Integer) - 1) sometimes it is implemented in various programming languages as meaning a whole number. संपूर्ण क्रमांक असल्याप्रमाणे काही वेळा अनेक आज्ञावलींमध्ये वापरण्यात येणारा क्रमांक. 2) Mathematical term to describe a whole number सर्व क्रमांक वर्णन करण्याचा गणिती शब्द.

Integrated database - database that is able to provide for various requirements without any redundant data. कोणतीही माहिती कमी न करता अनेक गरजा पुऱ्या करणारा आधारभूत माहितीसंच.

Integrated digital access (IDA) - system in which subscribers can make two telephone calls and be linked to a database and send material by fax at all the same time. फॅक्स कडून साहित्य पाठविण्यासाठी सभासद दूरध्वनीचे दोन कॉल्स करून ते आधारभूत माहितीसंचाला जोडणारी व्यवस्था.

Integrated digital network - communications network that uses digital signals to transmit data. अंकीय संदेशद्वारा माहिती प्रक्षेपित करणारे संप्रेषण-जाळे.

Integrated drive electronics - a standard electronic interface used between data path of motherboard of computer or disk storage of computer devices. संगणकाच्या मदरबोर्डचा माहितीमार्ग किंवा संगणकाची साठा तबकडी यांच्यामध्ये वापरला जाणारा प्रमाणित इलेक्ट्रॉनिक संपर्क.

Integrated services digital network (ISDN) - 1) a way to move more data over existing regular phone lines. अस्तित्वात असलेल्या दूरध्वनी-तारांमार्फत जास्तीत जास्त माहिती पाठविण्याचा एक मार्ग

Interactive - communication between the user and the computer संगणक आणि उपभोक्ता यांच्यामधील संप्रेषण.

Interactive system - system which provides an immediate response to the user's commands / programme or data उपभोक्त्याच्या आज्ञा, आज्ञावली व माहिती यांना त्वरित प्रतिसाद देणारी व्यवस्था.

Interchange - format for sharing / transferring data electronically between parties that do not share a common application. गटामध्ये जी माहिती सामान्य कार्यासाठी वाटणी करीत नाही ती इलेक्ट्रॉनिक पद्धतीने वाटणी करण्यासाठी बदली करण्याची रूपरेषा.

Intercom - short range voice communication system. आवाजाची कमी मर्यादा असलेली संप्रेषणव्यवस्था.

Inter connection - section of connecting material between two devices. दोन साधनांमधील जोडलेले साहित्य.

Interface - 1) something that connects two separate entities दोन स्वतंत्र वस्तू जोडणे. 2) point at which one computer system ends and another begins. एक संगणकीय पद्धती संपून दुसरी चालू होण्याचा बिंदू.

Interface - device or port that allows two or more incompatible units to be linked together in a standard communication system, allowing data to be transfered between them. दोन किंवा अधिक घटक प्रमाणित संप्रेषण-व्यवस्थेमध्ये जोडून त्याद्वारे त्यांच्यामध्ये माहितीचे वहन करणारे साधन.

Interlacing - a technique of increasing video resolution by updating alternate horizontal lines on the screen पडद्यावरील अद्ययावत वैकल्पिक ओळीकडून दृश्य ठराव वाढविण्याचे तंत्र.

Interleaving - dividing data storage into sections so that each can be accessed separately. प्रत्येक विभागात स्वतंत्रपणे प्रवेश करण्यासाठी माहितीच्या संग्रहाचे केलेले विभाजन.

Interleaving - way sectors on a hard drive or disk are arranged to improve efficiency योग्यता सुधारण्यासाठी हार्ड ड्राइव्ह किंवा तबकडी यांची भागामध्ये केलेली व्यवस्था.

Interlinear spacing - insertion of spaces between lines of text. मजकुराच्या ओळीमधील जागेचे समावेशन.

Interlock - security device which is part of the log on prompt and requires a password. प्रवेश संकेत शब्दाची आवश्यकता असलेले आणि त्वरित सुरू करण्याचा भाग असलेले सुरक्षासाधन.

International prefix code - code number to be at the start of a number to select another country's exchange system. दुसऱ्या देशाच्या विनिमय-पद्धतीतील क्रमांक निवडताना त्या देशाचा प्रथम फिरवावा लागणारा सांकेतिक क्रमांक.

Internet - largest global internetwork, connecting tens of thousands of networks worldwide focuses on research and standardization based on real life use. वास्तव जगामध्ये उपयोगी पडणारे, प्रमाणित, जागतिक संशोधनावर लक्ष असणारे, दशसहस्र जाळी जोडलेले एक मोठे जागतिक महाजाळे.

Internet address - an address for a computer on a network. संगणकीय जाळ्यासाठी आवश्यक असलेला संगणकाचा पत्ता.

Internet engineering task force - concerned with developing solutions to technical problems and needs as they arise on internet and with developing internet standards and protocols. तांत्रिक समस्यांसाठी उपाय विकसित करणे महाजाळ्याची प्रमाणके व नियमसंच विकसित करणे या गोष्टीशी यांचा असणारा संबंध.

Internet Information server - microsoft R server service provides worldwide web file. Transfer protocal and Gopher publishing services of world wide web. साठा संग्रह जागतिक व्यापक जाळे संचिका वाहतूक नियमसंच आणि गोफर प्रकाशनाच्या सुविधा उपलब्ध करून देणारा मायक्रोसॉफ्ट R server

Internet message access protocol - a mail protocol that provides management of received messages on a remote server. दूर अंतरावर असलेल्या साठ्यावर आलेल्या संदेशांची व्यवस्था करणारा मेल नियमसंच.

Internet protocol address - sometimes called a dotted quad. A unique number consisting of 4 parts separated by dots for example 165. 113. 245. 2 काही वेळा बिंदूचा संक्षेप असेही म्हटले जाते. ज्यामध्ये चार भाग बिंदूंनी वेगळे केलेले असतात असा एकमेव क्रमांक उदा. १६५, ११३, २४५, २.

Internet relay chat - a huge multiuser live chat facility. अनेक उपभोक्त्यांना प्रत्यक्ष गप्पागोष्टींची थेट सुविधा देणारे मोठे जाळे.

Internet society - a global organization created in 1992 for internet-working technologies and applications of internet. अंतर्गत जाळे तंत्रज्ञान व जागतिक महाजाळ्याचा उपयोग यांसाठी १९९२ मध्ये स्थापन झालेली संस्था.

Internet telephony - conversion of analog speech signals used in current telephone systems into digital data, allowing calls to be sent over the internet by passing long distance charges. सध्याच्या दूरध्वनी व्यवस्थेमार्फत महाजाळ्यावर दूर अंतरावर अंकीय माहितीमध्ये कॉल्स पाठविण्यासाठी वापरले जाणारे संभाषणातील साधर्म्य भाषण संदेश.

Internetwork - interconnection of two or more networks. Local area networks enabling data can pass between computers on different networks as though they were on one network. दोन किंवा अधिक जाळ्यांतील अंतर्गत जोडणी स्थानिक क्षेत्रीय जाळे वेगवेगळ्या जाळ्यातील संगणकामध्ये माहिती पोहोचवू शकते. जणू काही ते एकाच जाळ्यातील आहेत.

Inter NIC - on organization serves internet community by supplying user assistance such as documentation training etc. महाजाळ्याच्या उपभोक्त्यांना मदत देणारी संस्था. उदा. प्रलेखन-प्रशिक्षण.

Interoperability - ability of different hardware / software systems to communicate with each other in order to accomplish a particular task. एखादे विशिष्ट काम पूर्ण करण्यासाठी माहिती संस्करणाचे काम करणारा विभाग / आज्ञावली यांचे वेगवेगळ्या पद्धतींच्या संप्रेषणासाठी एकमेकांशी जुळणी करण्याची क्षमता.

Interpreter - software that is used to translate a user's high level programme into machine code. यांत्रिक सांकेतिक शब्दात उपभोक्त्याच्या उच्चस्तरीय आज्ञावलीचे भाषांतर करणारी संगणकीय आज्ञावली.

Interpreter - a computer language processor converts high level programme into machine language. उच्चस्तरीय आज्ञावलीचे यांत्रिक भाषेत रूपांतर करणारा संगणकीय भाषाप्रक्रियाकार.

Interrupt - 1) stopping of a transmission due to an action at the receiving end of a system पद्धतीच्या शेवटी काही क्रियेमुळे संदेश मिळविण्याची क्रिया थांबल्यामुळे थांबलेले प्रक्षेपण, तात्पुरती स्थगिती. 2) signal which diverts a CPU from one task to another which has higher priority allowing the CPU to return to the first task later. मध्यवर्ती कार्यप्रणालीने अतिशय महत्त्वाच्या कार्यामुळे पहिल्या कार्यात परत येण्यासाठी एका कार्यातून दुसऱ्या कार्यासाठी संदेशामध्ये केलेला बदल.

Intervention - acting to make a change in a system पद्धतीमध्ये बदल करण्याचे नाटक.

Interword spacing - variable spacing between words in a text, used to justify lines. ओळींचे सादरीकरण व्यवस्थित होण्यासाठी मजकुरामध्ये, शब्दांमध्ये सोडलेली जागा.

Intranet - a TCP / IP internetwork which is not connected to the internet महाजाळ्याशी न जोडलेले टीसीपी / आय पी अंतर्गत जाळे.

Inverse ARP - (Inverse Address Resolution Protocol) method of building dynamic routes in a network जाळ्यामध्ये गतिशील मार्ग बांधण्याची पद्धत.

Inversion - changing over the numbers in a binary word. द्विअंकी बायनरी शब्दातील क्रमांकाचा बदल.

IP datagram - fundamental unit of information passed across the internet महाजाळ्यातून जाणाऱ्या माहितीचा मूलभूत घटक.

IP multicast - routing technique which allows IP traffic to be propagated from one source to a number of destinations or from many sources to many destinations. महाजाळ्याच्या नियमसंचाची वाहतूक एका साधनाकडून अनेक स्थळांकडे किंवा अनेक साधनांकडून अनेक स्थळांकडे पाठविण्याच्या मार्गाचे तंत्र

IP telephony - transmission of voice and fax phone calls over data networks which uses internet protocol. महाजाळ्याचा नियमसंच वापरणाऱ्या माहिती जाळ्यातील आवाज, फॅक्स, दूरध्वनी कॉल्सचे प्रक्षेपण.

IPC (Inter Process Communications) - it makes possible to create large systems that are complex in function कार्यामध्ये जटिल असलेल्या पद्धती सोप्या करून निर्माण होणारी मोठी पद्धत.

IP Sec (IP security) - a framework which provides data confidentiality, data integrity and data authentication between participating peers. सहभागी समान संगणकातील माहितीची विश्वसनीयता, माहितीची अधिकृतता, अखंडता देणारी रचना.

Isarithmic flow control - a technique which permits travel through the network. जाळ्यातून माहितीप्रवाहाला मान्यता देणारे तंत्र

ISBN (International Standard Book Number) - ten digit identifying number allocated to every new publication. प्रत्येक नवीन प्रकाशनाला ओळखीसाठी दिलेला दहाआकडी प्रमाणित क्रमांक.

ISDN - International digital communication network which can transmit sound fax and data over the same channel. एकाच वाहिनीवरून माहिती, फॅक्स आणि आवाज प्रक्षेपित करणारे आंतरराष्ट्रीय अंकीय संप्रेषण जाळे.

ISDN (Integrated Services Digital Network) - combines voice and digital network services in a single medium making it possible to offer customers digital data services as well as voice connections through a single 'wire' एकेरी माध्यमातून आवाज आणि अंकीय जाळे सविधा देणारे शक्य असल्यास ग्राहकाला अंकीय माहिती सुविधा त्याचप्रमाणे एकेरी तारेमार्फत (wire) आवाजाची जोडणी देणारे जाळे.

ISO (International Organization for Standardization) - it is responsible for wide range of standards, including those relevant to networking. व्यापक दृष्टीने प्रमाणके तयार करणारी आंतरराष्ट्रीय संस्था त्यामध्ये जाळ्यासंबंधी प्रमाणकेही असतात.

ISO (International Standard Organization) - organization which regulates standards for many types of products. अनेक प्रकारच्या निर्मितींसाठी प्रमाणके तयार करणारी आंतरराष्ट्रीय संस्था

ISO 9000 - a set of international standards for both quality management and assurance that has been adopted by countries worldwide. जागतिक पातळीवर स्वीकारलेला गुणवत्ताव्यवस्थापन व गुणवत्तेची खात्री असलेला आंतरराष्ट्रीय प्रमाणकांचा संच.

ISOC (Internet Society) - International non-profit organization, established in 1992, which coordinates the evolution and use of the internet. महाजाळ्याचा उपयोग आणि सहकार्य वाढविणारी १९९२ साली स्थापन झालेली आंतरराष्ट्रीय नॉनप्रॉफिट संस्था.

Isochronous transmission - asynchronous transmission over a synchronous data link. एकाच वेळी माहिती दुव्यावर न येणारे प्रक्षेपण.

ISP (Internet Service Provider) - a company that provides access to internet. महाजाळ्यामध्ये प्रवेश देणारी कंपनी.

ISR (Intermediate Session Routing) - initial routing algorithm used in APPN अेपीपीएन मध्ये सुरवातीला वापरला जाणारा मार्गाचा नियमसंच.

ISSN (International Standard Serial Number) - identifying number allocated to every journal published प्रत्येक प्रकाशित मासिकाला ओळखीसाठी दिलेला क्रमांक.

J

Jam - 1) mechanism which has stopped working due to a fault. एखाद्या दोषामुळे थांबलेली कामाची यंत्रणा. 2) to stop working because something is blocking the functioning. कार्यातील एखाद्या गोष्टीच्या ठप्प होण्यामुळे थांबलेले काम.

Java - one of the network oriented programming language. संगणकीय जाळ्याच्या प्रणालीसाठी मदत करणारी एक भाषा.

Java development kit - a software development package which implements the basic set of tools. ज्यामध्ये साधनांचा मूळ उपयोगी संच असतो ती संगणकीय विकसित प्रणाली.

Java Script - a scripting language which allows dynamic behaviour to be specified within HTML document एचटीएमएल प्रलेखामध्ये गतिशील वर्तणुकीची वैशिष्ट्ये दाखविणारी संहिता भाषा.

JCL (Job Control Language) - commands that describe the identification of and resources required by a job that a computer has to process. संगणकाच्या प्रक्रियेच्या कामासाठी साधने आणि मुख्य संगणकाची ओळख या आज्ञांचे वर्णन असलेली भाषा.

Jitter - it is an important Qos metric for voice and video applications. Analog communication line distortion caused by the variation of a signal from its reference timings positions. आवाज आणि आवाजाचे उपयोजन यासाठीचे हे एक महत्त्वाचे क्युओएस (Qos) मापन आहे. सांकेतिक खुणेच्या संदर्भवेळांच्या अवस्थांमुळे होणाऱ्या तफावतीमुळे साधर्म्य (analog) संप्रेषण मार्गाचा होणारा विपर्यास / अनर्थ

Jitter - rapid small up and down movements of characters, pixels अक्षरे, बिंदू यांची जलद गतीने वर आणि खाली होणारी हालचाल.

Job - task, work to be processed as a single unit काम, एक घटक म्हणून केलेले काम

Job control file - file which contains instructions in a job control language. जॉब कंट्रोल लँग्वेज मध्ये असलेल्या सूचनांचा समावेश असलेली संचिका.

Job orientaed language - computer programming lanaguage that provides specialized instructions relating to job control task and processing. कामाचे नियंत्रण आणि प्रक्रिया या संबंधित विशिष्ट सूचना देणारी संगणकाच्या आज्ञावलीची भाषा.

Job orientated terminal - computer terminal used for a particular task. एखाद्या विशिष्ट कामासाठी वापरलेला संगणक टर्मिनल (टोक)

Job queue - number of tasks arranged in an order waiting to be processed in a multitasking. अनेक प्रकारच्या कामांच्या प्रक्रियेमध्ये कामासाठी वाट पाहण्याची केलेली व्यवस्था.

Join - 1) to put several things together अनेक गोष्टी एकत्रित ठेवणे. 2) to combine two or more pieces of information to produce a single unit of information माहितीचा एक घटक निर्माण करण्यासाठी माहितीचे अनेक तुकडे एकत्र करणे.

Join files - instruction to produce a new file consisting of one file added to the end of another. दुसऱ्या संचिकेच्या शेवटी एका संचिकेची भर घालून नवीन संचिका तयार करण्यासंबंधी सूचना.

Journal - note of all communications to and from a terminal संगणकाकडे आलेल्या व संगणकाने दिलेल्या सर्व संप्रेषणांची टिप्पणी.

Journal file - stored record of every communication between user and central computer used to help retrieve files after a system crash. एखादी पद्धती बंद पडल्यास उपभोक्ता व मुख्य संगणक यांच्यातील प्रत्येक संप्रेषणाचा साठा केलेली नोंद संचिकेच्या पुनर्प्राप्तीसाठी उपयोगी पडणारी संचिका.

Joystick - device that allows a user to move a cursor around the screen by moving an upright rod connected to the computer. संगणकाला उजवीकडे वरती जोडलेल्या हालणाऱ्या रॉडमुळे उपभोक्त्याला संपूर्ण पडद्यावर कर्सरची हालचाल करण्यास परवानगी देणारे साधन.

Jumbo chip - integrated circuit made using the whole semiconductor wafer. संपूर्ण सेमीकंडक्टर वेफरचा वापर करून तयार केलेली एकत्रित सर्किट.

Jump - programming command to end one set of instructions and direct the processer to another section of the programme सूचनांचा एक संच संपवून आज्ञावलीतील आज्ञेने प्रक्रियाकाराला कार्यक्रमातील दुसऱ्या भागात जाण्यासाठी दिलेली आज्ञा.

Jumper - temporary wire connection on a circuit board. चक्राच्या फलकावरील तारेची तात्पुरती जोडणी.

Junction - 1) connection between wires. तारांमधील सांधा 2) a point in the telecommunications network. दूरसंचार जाळ्यातील एक बिंदू

Junction box - a small box where a number of wires can be interconnected. एकमेकीशी जोडलेल्या अनेक तारांची छोटी पेटी, अनेक तारा ज्या ठिकाणी एकमेकीशी जोडल्या जातात ती लहान पेटी.

Junk - information or hardware which is useless. निरुपयोगी माहिती संस्करण-भाग.

Junk a file - to delete from a storage a file that is no longer used. ज्या संचिकेचा पुढे फारसा उपयोग होणार नाही. ती संचिका साठ्यातून काढणे.

K

Karanaugh map (K-map) - graphical representation of states and conditions in a logic circuit राज्यांचे आकृतीमय सादरीकरण

Keepalive message - message sent by one network device to inform another network device that the virtual circuit between the two is still active. संदेश एका जाळ्याच्या साधनाकडून दुसऱ्या जाळ्याच्या साधनाकडे प्रवाहित होतो. त्या दोन जाळ्यांतील आभासी प्रवाहात हा संदेश कार्यप्रवण असतो.

Kerberos - developing standard for authenticating network users. अधिकृत जाळ्याच्या उपभोक्त्यासाठी आदर्श विकसित करणे.

Kermit - a common terminal emulation programme and file transfer protocol which can be used across dialup and telnet connections. डायल-अप आणि टेलनेट जोडणीच्या पलीकडे असलेली सामान्य संगणकीय चढाओढीची आज्ञावली आणि संचिकाबदलीचा नियमसंच

Kernel - basic essential instruction routines required as a basis for any operations in a computer system. संगणकातील पद्धती कोणत्याही पायाभूत कार्यासाठी आवश्यक असलेली सूचना.

Kernel - number of basic commands required to illuminate the pixels on a screen, in various shades and colours these are then used to provide more complex functions such as line, shape plotting. अनेक मूळ आज्ञांची पडद्यावरच्या प्रकाशाच्या क्षेत्रात अनेक रंगांच्या छटा सजविण्यासाठी गरज असते. नंतर त्याच आज्ञा जटिल कार्य उदा. ओळ आकाराची रेखाटणी यासाठी उपयोगी पडतात.

Kernel mode - refers to a highly privileged mode of operation given to software in an operating system कार्यान्वित प्रणालीमध्ये जास्त फायदेशीर पद्धत.

Kernel size - number of pixels sampled as a unit during image manipulation process नमुनाप्रतिमा चित्रित करताना अनेक बिंदूंचा एक आकार तयार करणे.

Kerning - slight overlapping of certain character areas to prevent large spaces between them, giving a neater appearance. अधिक चांगले दिसण्यासाठी काही character areas मध्ये larger spaces ना प्रतिबंध करण्यासाठी त्या कॅरॅक्टर्समध्ये किंचित overlapping

Key - button on a key-board that operates switch. कार्य चालू करण्याचे कळपट्टीवरील बटन.

Keyboard - number of keys fixed together in some order used to enter information into a computer. संगणकामध्ये माहितीचा प्रवेश होण्यासाठी काही विशिष्ट क्रमाने अनेक बटने एकत्र असलेली कळपट्टी.

Keypad - group of special keys used for certain applications. काही उपयोगासाठी असलेला विशिष्ट बटनांचा गट.

Keypair - set of mathematically related keys - a publickey or private key गणिताशी संबंधित कळ - सार्वजनिक कळ किंवा खासगी कळ.

Key terminal - most important terminal in a computer system. संगणकाच्या पद्धतीतील सर्वात महत्त्वाचा (टर्मिनल)

Keyword - 1) command word used in programming language to provide a function कार्य करण्यासाठी आज्ञावलीच्या भाषेतील आज्ञेचा शब्द. 2) important or informative word in a title or document that describes its contents प्रलेखातील समाविष्ट गोष्टी वर्णन करणारा किंवा शीर्षकातील महत्त्वाचा किंवा माहितीपूर्ण शब्द. 3) word which is relevant, important to a text मजकुराशी संबंधित महत्त्वाचा शब्द.

Keyword - to locate information on a particular subject, specific word entered into text search engine एखाद्या विशिष्ट विषयाची माहिती शोधण्यासाठी शोधसाठ्यामध्ये विशिष्ट शब्दाची नोंद करणे.

Keyword and context (KWAC) - library index system using important words from the text and title as index entries. मजकूर आणि शीर्षक यांतील महत्त्वाच्या शब्दांचा वापर करणारी ग्रंथालयीन निर्देशपद्धती.

Keyword in Context (KWIC) - library index system that uses keywords from the title text of a book or document as an index entry followed by the title or text it relates to ग्रंथाची शीर्षक, मजकूर किंवा प्रलेख यातील मुख्य शब्दांनी निर्देशनोंद करण्याची ग्रंथालयीन निर्देशपद्धती.

Keyword out of context (KWOC) - library index system that indexes books or documents, titles under any relevant keywords. पुस्तके, प्रलेख आणि शीर्षके यांचे निर्देशन संबंधित मुख्यशब्दानी करण्याची ग्रंथालयीन निर्देश पद्धती. कोणत्याही संबंधित मुख्य शब्दांच्या खाली ग्रंथ, प्रलेख, शीर्षके यांचे निर्देशन करणारी ग्रंथालयीन निर्देशनपद्धती.

Kilobyte - unit of digital information storage a kilobyte is 1,000 bytes and data storage is 1024 bytes. It is a measurement of memory. स्मृती मंजूषा मोजण्याचे एक परिमाण १००० बाइट्स म्हणजे एक किलोबाइट, एका माहितीसाठ्यामध्ये, १०२४ किलो बाइट्स असतात.

Kludge - hardware which should be used for demonstration purposes only फक्त कार्य दाखविण्याच्या हेतूने वापरला जाणारा संस्करण भाग.

Ku-band - popular format for satellite uplink and downlink reception उपग्रहाकडून संदेश घेणे व उपग्रहाकडे संदेश पाठविण्याचा लोकप्रिय नमुना.

L

LAA (Longest Available Agent) - agent that is continuously in the available state for long time. बऱ्याच कालावधीसाठी उपलब्ध परिस्थितीत अविरत असणारा दलाल.

Label - characters used to identify a piece of data / file संचिका किंवा माहितीचा भाग ओळखण्यासाठी अक्षरांचा केलेला वापर.

Label Swapping - Application uses routin algorithm in which each router that a message passes through on its way to its destination independently determines the best path to the next router. प्रत्येक मार्ग त्याच्या वाटेमधून स्वतंत्रपणे संदेश स्थळाकडे पाठवितो. दुसऱ्या वाटेसाठी चांगला मार्ग निश्चित करण्याची ए पी पी एन ने वापरलेली मार्गाची पद्धत.

Lag - time taken for a signal to pass through a circuit so that the output is delayed compared to input. संगणकामध्ये माहितीचे समावेशन करण्यास लागणाऱ्या वेळेपेक्षा संस्करणासाठी लागणारा उशीर, संदेश सर्किटमधून जाण्यास लागणारा वेळ.

LAN (Local Area Network) - High speed low error data network covering small geographic area. छोटे, भौगोलिक क्षेत्रामध्ये जलद गतीचे पण कमी चुका करणारे माहितीचे जाळे, स्थानिक क्षेत्रीय जाळे.

LAN server - dedicated computer and backing storage facility used by terminals and operators of a LAN. संगणक आणि क्षेत्रीय संगणक जाळ्याची कार्यवाही करणारा साठ्याची सुविधा वापरणारा एकनिष्ठ संगणक.

LANE (LAN Emulation) - technology which allows an ATM network to function as a LAN backbone. ए टी एम जाळ्याला स्थानिक क्षेत्रीय जाळ्याचा कणा म्हणून काम करण्यास सांगणारे तंत्रज्ञान.

Language - system of words / symbols which allows communication with computers. संगणकीय संप्रेषणासाठी आवश्यक असलेले शब्द / खुणा.

Language interpreter - any programme that takes each consecutive line of source programme and translate it into another language. दुसऱ्या

भाषेत भाषांतर केलेली कोणत्याही आज्ञावलीतील प्रत्येक ओळ.

Language Translator - programme that converts code written in one language into equivalent code in another language एका भाषेतील सांकेतिक शब्दाचे रूपांतर दुसऱ्या भाषेतील समान सांकेतिक शब्दात करणारा कार्यक्रम.

LAPB (Link Access Procedure Balanced) - Data link layer protocol in the x. 25 protocol stack. It is a bit oriented protocol derived from HDLC. एक्स २५ मधील नियमसंचाच्या साठ्यातील माहिती दुव्याच्या स्तराचा नियमसंच हा नियमसंच एच डी एल सी पासून आलेल्या बिटवर आधारित असतो. LAPD (Link Access procedure on D channel) ISDN data link layer protocol for the D channel. डी वाहिनीसाठी असलेला आय एस डी एन माहिती दुवा स्तराचा नियमसंच.

Laptop - Computer that is light weight enough to carry. घेऊन जाण्यासाठी वजनाने हलका असलेला संगणक.

Laser - light amplification by stimulated emission of radiation. प्रकाशाचा विस्तार.

Laser printer - black and white desktop printer - it uses the dry toner xerographic printing process. काळी आणि पांढरी प्रतिमा देणारे मुद्रणयंत्र. याचा उपयोग शुष्क टोनर मुद्रणप्रक्रियेसाठी करण्यात येतो.

Last recently used - a replacement method. used in database mangement system. where block that hasnot been used for the longest time is first to be replaced. आधारभूत माहितीसंचाच्या व्यवस्थापनपद्धतीमध्ये ही बदलाची पद्धत वापरली जाते.

LAT (Local - Area Transport) - a network virtual terminal protocol developed by Digital Equipment Corporation. डिजिटल इक्विपमेंट कार्पोरेशनने विकसित केलेला जाळ्यातील आभासी टर्मिनलचा नियमसंच

LATA (Local Access Transport Area) - geographic telephone dialing area serviced by a single local telephone company. एका स्थानिक दूरध्वनी-कंपनीकडून सुविधा मिळणारे भौगोलिक दूरध्वनी डायलिंग क्षेत्र.

Latch - electronic component that maintains an output condition until it receives an input signal to change. माहिती समावेशनाचा संदेश येईपर्यंत माहितीसंस्करणाचे कार्य चालू ठेवणारा इलेक्ट्रॉनिक भाग.

Latency - delay between the time a device requests access to network and the time it is granted permission to transmit. जाळ्यामध्ये साधनाला

प्रवेश मिळविण्यासाठी लागणारा वेळ आणि प्रक्षेपणासाठी गृहीत धरलेला वेळ यांतील विलंब.

Layer - ISO / OSI standards defining the stages that a message has to pass through when being transmitted from one computer to another over a network. जाळ्यातील एका संगणकाकडून दुसऱ्या संगणकाकडे संदेशाचे टप्पे प्रक्षेपणासाठी जाताना आय एस ओ / ओ एस आय नी सांगितलेली प्रमाणके.

LBR (Label Bit Rate) - document defines service category for label VC Traffic. व्ही. सी लेबलच्या वाहतुकीसाठी दस्तऐवजाने केलेली सेवेची प्रतवारी.

LC - ATM interface - label controlled ATM interface/ लेबल नियंत्रण करणारा एटीएम संपर्क.

LCP (Link Control Protocol) - it establishes, configures and tests data link connections for use by PPP पीपीपी कडून माहिती दुव्याच्या जोडणीसाठी केलेली तपासणी आणि त्याचे स्वरूप ठरविण्याचा नियमसंच.

LDAP (Lightweight Directory Access Protocol) - it provides access for management and browser application that provides reads / writes interactive access to the X 500 Directory. व्यवस्थापनासाठी प्रवेश देणारा आणि वाचणे व लिहिणे या अंतर्गत कार्यासाठी एक्स ५०० निर्देशिकेमध्ये प्रवेश देणारा शोधक (ब्राउझर) ची कार्ये पुरविणारा नियमसंच.

LDIF (LDAP Data Interchange Format) - an LDAP server interchanges format in which each field of record value is on a separate line and records are separated by an empty line. स्वतंत्र लाइनवर (वाहिनी) नोंदीचे क्षेत्र असणारी आणि रिकाम्या वाहिनीकडून स्वतंत्र नोंदी केली जाणारी एलडीएपी साठ्यामधील अदलाबदल करण्याची रूपरेषा.

Leaf - final mode in a data free structure. झाडाप्रमाणे रचना असलेल्या माहितीचा शेवटचा मार्ग.

Leaf internetwork - in a star topology an internetwork whose sole access to other internetworks in the star is through a core router. स्टारमध्ये जाळ्यातील इतर कार्यासाठी असलेला एकच प्रवेश, एका मुख्य मार्गामधून होणारे स्टार कार्यक्षेत्राचे जाळे कार्य.

Leaner programming - method of mathematically breaking down a problem so that it can be solved by computer संगणकाकडून एखादी समस्या सोडविण्यासाठी त्या समस्येची गणिताच्या रीतीने फोड करण्याची पद्धत.

Learing bridge - it perfoms MAC address learning to reduce traffic on the network. जाळ्यातील वाहतूक कमी करण्यासाठी सादरीकरण करणारे एमएसी पत्त्याचे ज्ञान.

Leased line - a telephone line rented for exclusively for use for 24 hour 7 days a week from one location to another location. एका स्थळाकडून दुसऱ्या स्थळाकडे २४ तास ७ दिवस वापरली जाणारी भाडेतत्त्वावरील दूरध्वनी वाहिनी.

LED (Light Emitting Dicode) - semiconductor device which emits light produced by converting electrical energy. विद्युत्शक्तीकडून रूपांतरित केलेला प्रकाश बाहेर टाकणारे सेमिकंडक्टर साधन.

LES (LAN Emulation Server) - entity that implements control function for a particular ELAN विशेष इलॅनचे कार्य नियंत्रण करणारी गोष्ट (साठा).

Lexical analysis - in programme translation when compiling or translating software replaces programme keywords with machine code instructions, यांत्रिक सांकेतिक शब्दाच्या सूचनेप्रमाणे संकलन वा भाषांतर करणारी आज्ञावलीने मूळ आज्ञावलीतील मुख्य शब्द बदलण्याची क्रिया.

LFIB (Label Forwarding Information Base) - a data structure and way of managing forwarding in which destinations and incoming labels are associated with outgoing interfaces and labels. स्थळे आणि येणारी लेबल्स बाहेर जाणाऱ्या संपर्क व लेबल बरोबर एकत्र येणाऱ्या माहितीची रचना आणि पुढे जाणाऱ्या मार्गाची व्यवस्था.

LFSR (Linear Feedback Shift Register) - Mechanism for generating a sequence of binary bits अंकीय बिटचा क्रम निर्माण करणारी यंत्रणा.

LGN (Logical Group Node) - it represents its peer group in the peer group's parent peer group बरोबरीच्या गटाच्या पालक गटामधील बरोबरीचा गट सादर करणारा बिंदू.

License - Purchased right to transmit RF waves over a given BTA for typically period of 10 years. दहा वर्षांच्या विशिष्ट कालावधीसाठी आकाशवाणी-लहरीचे बीटीत दिलेले प्रक्षेपण करण्याचे विकत घेतलेले हक्क.

Ligature - two characters printed together to form a combined character एकत्र अक्षर येण्यासाठी एकत्र मुद्रीत केलेली दोन अक्षरे.

Lighweight directory access protocol - a protocol for accessing information directories such as organizations individuals etc. माहितीच्या निर्देशिकांमध्ये प्रवेश करण्याचा नियमसंच उदा. संस्था व्यक्ती इ.

Line art - Images containing only black and white pixels. प्रतिमांमध्ये असणारे काळ्या आणि पांढऱ्या रंगाचे प्रकाशाचे छोटे क्षेत्र.

Line communication - Signal transmission using a cable link. वाहिनीचा दुवा वापरलेले संदेश प्रक्षेपण.

Line code type - it is one of the coding schemes used on serial lines to maintain data integrity and reliability. माहितीचे सातत्य आणि विश्वासनीयता राखण्यासाठी वाहिन्यांच्या मालिकांसाठी वापरलेल्या अनेक सांकेतिक लिपींपैकी एक.

Line conditioning - use of equipment on leased voice - grade channels to improve characteristics, thereby allowing higher transmission rates उच्च प्रमाणात प्रक्षेपण होण्यासाठी वैशिष्ट्यांमध्ये सुधारणा होण्यासाठी भाडेकराराने घेतलेल्या व्हॉइस ग्रेड वाहिनीवर वापर करणारे साधन.

Line driver - Inexpensive amplifier and signal converter that condition digital signals to ensure reliable transmissions over extended distances विस्तारलेल्या अंतरावर विश्वसनीय प्रक्षेपणासाठी अंकीय संदेशांचे रूपांतर करणारे रूपांतरकार आणि कमी खर्चाचे ध्वनिवर्धक यंत्र

Line printer daemon - Line printer Daemon is a print server software used in TCP / IP printing. टी सी पी / आय पी मुद्रणाच्या कार्यक्षेत्रामध्ये वापरली जाणारी मुद्रणसाठा आज्ञावली.

Link - network communications channel consisting of a circuit or transmission path and all related equipment between sender and a receiver. पाठविणारा आणि घेणारा यांमध्ये सर्किट किंवा संप्रेषणाचा मार्ग या संबंधित साधनांनी बनलेली जाळ्याची संप्रेषणवाहिनी, दुवा.

LION (Library Internet Online Network) - a menued front - end system at SDSU that allows access to a number of databases such as library on-line catalogues, periodical indexes and internet gophers. अनेक आधारभूत माहितीसंच उदा. ग्रंथालयातील ऑनलाइन तालिका, नियतकालिकांचे निर्देश, महाजाळे गोफर यांमध्ये प्रवेश देणारी एसडीएसयू मधील यादीपद्धत.

Liquid crystal display - a clear liquid chemical trapped in tiny pockets between two pieces of glass in laptop and portable computer लॅपटॉप आणि छोटे संगणक यांमध्ये केलेला दोन काचेच्या भागांमधील लहान संचामध्ये पातळ रसायनाचा उपयोग.

LIS (Logical IP Subnet) - a group of IP nodes that connects to a single ATM network and belongs to the same IP subnet. एक एटीएम जाळे

आणि त्याचाच घटक असलेले उपमहाजाळ्याच्या नियमसंचाचे उपजाळे यांना जोडलेला महाजाळ्याच्या नियमसंचातील बिंदूंचा गट

LISP (List Processing) - high level language used mainly in processing lists of instructions / data. सूचनांच्या याद्या किंवा माहिती यांची प्रक्रिया करण्यासाठी वापरली जाणारी उच्चस्तरीय भाषा.

List administrator - a person who manages a mailing list, adds deletes members and tends to the general administrative details of maintaining list. टपाल यादी, जाहिरात यांची व्यवस्था करणारी, सभासदांना वगळणारी आणि सर्वसामान्य टपाल यादीच्या प्रशासकीय तपशिलाकडे लक्ष देणारी व्यक्ती.

Listserve - one of the group programmes which is used to manage a mailing list. टपाल यादीची व्यवस्था करण्यासाठी वापरली जाणारी अनेक गटांच्या आज्ञावलीतील एक आज्ञावली.

Little endian - a method of storing transmitting data in which the least significant bit or byte is presented first. प्रथम प्रदर्शित करणारा कमी महत्त्वाचा बीट अथवा बाइट वर असलेली माहिती साठविण्याची, प्रक्षेपित करण्याची पद्धत.

Live content channels - dynamic content typically displayed within a javascript channel. जावा भाषेतील वाहिनीवर प्रदर्शित होणाऱ्या वैशिष्ट्यपूर्ण गतिमान समाविष्ट गोष्टी.

LLAP (Local Talk Link Access Protocol) - link level protocol that manages node to node delivery of data on a local talk network. लोकल टॉक जाळ्यावर बिंदूपासून बिंदूपर्यंत माहिती वितरित करण्यासाठी उपयोगी असलेला दुवाच्या स्तराचा नियमसंच.

LLC (Logical Link control) - upper sublayer of data link layer defined by the IEEE. आय ईईई कडून स्पष्टीकरण केलेले माहिती दुव्याच्या स्तराचे उपस्तर.

LMI (Local Management Interface) - Set of enhancements to the basic frame relay specification. मूळ फ्रेम रिले स्पेसिफिकेशनला मिळणारी संचाची वाढ, स्थानिक व्यवस्थापन संपर्क.

LNNI (LAN Emulation Network to Network Interface) - supports communication between the server components within single ELAN. एकेरी इलॅन मधील भागांना आणि साठ्याला पाठिंबा देणारे संप्रेषण.

Load balancing - capability of router to distribute traffic over all its network ports that are the same distance from the destination address.

स्थळाच्या स्थानापासून समान अंतरावर असलेल्या जाळ्यातील सर्व पोर्ट्सबरोबर वाहतूक वितरित करणाऱ्या मार्गाची कार्यक्षमता.

Loading - action of transferring a file / programme from disk to memory तबकडीवरून स्मृतिमंजूषेमध्ये संचिका किंवा आज्ञावली बदलण्याची क्रिया.

Local - a computer or device that the user connects to the remote, host or server. It can provide a frame of reference for transmission flows, प्रक्षेपणाच्या प्रवाहासाठी संदर्भाची रूपरेषा देणारे उपभोक्त्याचे मुख्य संगणक, दूर अंतर किंवा साठा यांना जोडलेला संगणक किंवा साधन.

Local acknowledgement - method whereby an intermediat network node responds to acknowledgements for a remote end host. जाळ्याच्या शेवटी दूर अंतरावर असलेल्या मुख्य संगणकाची दखल जाळ्यातील बिंदूने घेतली आहे हे दाखवणारी पद्धत.

Local explorer packets - It is generated by an end system in an SRB network to find a host connected to the local ring. स्थानिक रिंग बरोबर जोडलेल्या मुख्य संगणकाचा शोध घेण्याची शेवटाकडून निर्माण केलेली एसआरबी जाळ्यातील पद्धत.

Local group - a group that can be created in the database of domain directory services on a domain controller. आधारभूत माहितीसामग्रीच्या निर्देशिकासेवेमध्ये कार्यक्षेत्र निर्माण करणारा गट.

Local loop - exchange line or comnunication lines connecting a user to the main computer. मुख्य संगणक व उपभोक्ता यांना जोडणारा संप्रेषणमार्ग.

Local mode - operating state of a computer terminal that does not receive messages. संदेश न स्वीकारण्याची संगणकाच्या कार्याची स्थिती.

Local system - the system user is using interactions between one computer and another computer on the internet are sometimes described using the terms 'Local' system. महाजाळ्यातील एका संगणकातील किंवा दुसऱ्या संगणकातील परस्पर क्रियांची उपभोक्त्याने वापर करण्याची व्यवस्था या परस्पर क्रियांनाच काही वेळा 'स्थानिक' व्यवस्था म्हणतात.

Location server - a proxy server uses a location service to get information about the location of a caller. पाहुण्याच्या स्थलाविषयी माहिती मिळविण्यासाठी स्थळाच्या सेवेचा उपयोग कणारा प्रतिनिधीसाठा.

LOCCS (Library of congress catalogue system) - an extensive and useful system, member can use to look up the bills and nearly any book ever published in the United States. व्यापक आणि उपयोगी व्यवस्था. सभासद देयके पाहून अमेरिकेत प्रकाशित झालेले कोणतेही पुस्तक घेऊ शकतो.

Lock-and Key - is a traffic filtering security feature that dynamically filters IP protocol traffic महाजाळ्यातील नियमसंचाची वाहतूक जलद गदीने गाळणारा वाहतूक सुरक्षा गाळणीचा भाग.

LOF (Loss of frame) - generic term with various meanings depending on the signal standard domain in which it is being used. एकेरी प्रमाणित कार्यक्षेत्राशी अवलंबून असलेला मूळ शब्द.

Logarithm - mathematical operation that gives power to a number to get required number जरूर असलेल्या क्रमांकाला / दिलेली संख्या मिळविण्यासाठी क्रमांकाला / संख्येला त्याच संख्येने कितीवेळा गुणावे लागेल हे सांगणारे गणिती कार्य.

Logging - input of data into a system पद्धतीमध्ये समाविष्ट केलेली माहिती.

Logic bomb - 1) malicious logic that activates when specified conditions are met. विशिष्ट परिस्थितीमध्ये आकसंचे तर्कशाळा कार्यान्वित करणारा, 2) Section of a code that performs various unpleasant functions such as fraud or system crash when number of conditions are true परिस्थिती सत्य असताना कार्य उदा. फसवणूक, व्यवस्थेमधील बिघाड यांसारखी असुखावह कार्ये सादर करणारा संकेतलिपीचा भाग.

Logical channel - nondedicated packet switched communications path between two or more network nodes. जाळ्यातील दोन किंवा अधिक बिंदूंमधील समर्पित नसलेले संचाला जोडलेले संप्रेषण.

Logical drive - a disk partition that has been formatted with a file system and assigned a drive later. संचिका पद्धतीचे स्वरूप ठरवून नंतर ड्राइव्हचे क्रमांक देणारे तबकडीचे विभाजन.

Logical link control sublayer - a second sublayer of the data link layer. माहिती दुव्या स्तरातील दुसरा उपस्तर.

Logo - high level programming language used mainly for educational purposes with graphical commands that are easy to use. मुख्यत: शैक्षणिक हेतूने वापरली जाणारी आकृतिमय आज्ञा असलेली, वापरण्यास सोपी उच्चस्तरीय आज्ञावलीची भाषा.

Log off - to indicate system network that user has completed his work and is terminating interaction. उपभोक्त्याने स्वत:चे काम पूर्ण झाल्यावर जाळे अथवा व्यवस्था यांमधील कार्य बंद करणे.

Log on - to enter various identification data. such as password, by means of a terminal to the central computer before accessing a programme / data. मध्यवर्ती संगणकाला आज्ञावली किंवा माहितीमध्ये प्रवेश करण्यापूर्वी संगणकाद्वारे अनेक ओळखीच्या गोष्टींसाठी करावा लागणारा प्रवेश. उदा. प्रवेश सांकेतिक शब्द.

Logonhours - assigned hours that a user can log on to a server domain controller. साठा नियंत्रण कार्य क्षेत्राला उपभोक्त्याला संगणक प्रणालीतील हव्या त्या आज्ञावलीशी जोडणी करण्याची प्रक्रिया करण्यासाठी दिलेले तास.

LOL (Laughing Out Loud) - used in various forms of online communications such as e-mail messages. ई-मेल संदेश वगैरेसाठी ऑनलाइन संप्रेषणाच्या स्वरूपात वापरला जाणारा शब्द.

Long haul network - communications network between distant computers that usually uses the public telephone system. दूरच्या अनेक संगणकामधील संप्रेषणाचे जाळे, सामान्यत: सार्वजनिक दूरध्वनी व्यवस्थेचा वापर करणारे.

Look ahead - action by some CPUs to fetch instructions and examine them before they are executed. स्मृती मंजूषेकडून आलेल्या सूचना / आज्ञा यांची कार्यवाही करण्यापूर्वी नीट परीक्षा करण्याची फांदी, मध्यवर्ती कार्यप्रणालीची क्रिया.

Look-up table - collection of stored results that can be accessed very rapidly by a programme without the need to calculate each result whenever needed. प्रत्येक माहितीची केव्हा जरूर लागेल याची गणना न करता संग्रहातील माहितीमध्ये जलद गतीने प्रवेश करणारी आज्ञावली.

Loop - procedure of instructions in a computer programme that are performed again and again until the programme is completed. संगणकीय आज्ञावली पूर्ण होईपर्यंत त्या सूचना पुन्हा पुन्हा दाखविण्याची प्रक्रिया.

Loop - route where packets never reach their destination but simply cycle repeatedly through a constant series of network nodes. ज्या मार्गावर संच त्याच्या स्थळापर्यंत पोचत नाहीत पण साधेपणाने सतत मालिकेमध्ये चक्राकार फिरत राहतात.

Loopback test - signals are sent and then directed back towards their sources from some point along the communications path. यामध्ये संदेश पाठविले जातात. नंतर ते त्यांच्या साधनाकडे काही अंशी संप्रेषण मार्गाला बरोबर घेऊन परत जातात.

Loop network - Communications network that consists of a ring of cable joining all terminals. सर्व संगणक वर्तुळाकार वाहिनीने जोडलेले संगणकीय जाळे.

Looping programme - computer programme that runs continuously. अखंडित चालणारी संगणकीय आज्ञावली.

LOS (Loss of Signal) - occurs when consecutive zero is detected on an incoming signal. येणाऱ्या संदेशामध्ये जेव्हा अनुक्रमाने येणाऱ्या शून्याचा शोध लागतो तेव्हा संदेशाचा होणारा तोटा.

Lossy - Image compression which functions by removing minor tonal / colour variations causing visible loss of detail at high compression ratios. प्रतिमा कमी करण्याच्या कार्यामध्ये मिरर टोनलचे बदल / रंगातील अनेक छटा यामुळे दिसणाऱ्या प्रतिमेच्या तपशिलाला हानी पोहोचून कमी होणारे प्रमाण.

LSA (Link State Advertisement) - broadcast packet used by link state protocols that contains information about neighbours and path costs. दुवा दशेतील नियमसंच ज्यामध्ये शेजारी आणि मार्गाचे मूल्य समावेशित असलेले संचाचे प्रक्षेपण करणारा संच.

LSR (Label Switch Router) - it forwards packets in an MPLS network by looking only at the fixed length lable. स्थिर लांबीचे लेबल पाहून एमपीएलएस जाळ्यातील संचापुढे पाठविण्याचे काम करणारा मार्ग.

LTE (Line Terminating Equipment) - Network elements that originate and terminate line signals. संदेशाच्या ओळींची सुरवात आणि शेवट करणारे जाळ्यातील घटक.

LUNI (LAN Emulation User to Network Interface) - The ATM forum standard for LAN emulation on ATM networks. एटीएम जाळ्यावरील स्थानिक क्षेत्रीय जाळ्यातील स्पर्धेसाठी असलेली एटीएम संघाची प्रमाणके.

LVC (Label switched controlled virtual circuit) - a virtual circuit established under the control of MPLS. एमपीएलएसच्या नियंत्रणाखाली आभासी सर्किटची केलेली स्थापना.

Lynx - a type of browser designed to work with text only. Internet connections like dial-up UNIX shell accounts. फक्त मजकुराबरोबर काम करणारा शोधकाचा प्रकार महाजाळ्याच्या जोडणीपैकी डायल-अप युनिक्स शेल खाते.

M

MAC (Multiplexed Analog Components) - Standard television broadcast signal format. दूरदर्शन संदेश प्रक्षेपणाची प्रमाणित रूपरेषा

MAC (Media Access control) - lower of the two data link layer defined by the IEEE. आयईईईने सांगितलेला दोन माहितींच्या दुव्यांपैकी खालचा स्तर.

MAC address - standardized data link layer address that is required for every port or device that connects to a LAN स्थानिक क्षेत्रीय जाळ्याच्या जोडणीसाठी प्रत्येक पोर्टसाठी किंवा साधनासाठी आवश्यक असलेला प्रमाणित माहितीस्तराच्या दुव्याचा पत्ता.

Machine language - programming language consists of commands in binary code which can be directly understood by CPU without need for translation. भाषांतराची आवश्यकता न भासता मध्यवर्ती कार्यप्रणालीची दोनअंकी संकेतशब्द समजणारी आज्ञायुक्त संगणकीय भाषा.

Machine readable - commands or data stored on a medium that can be directly input to the computer. संगणकात समाविष्ट करण्यात येणारी माहिती किंवा आज्ञा संग्रहित केलेले माध्यम.

Macro instruction - One word that is used to represent a number instructions, simplifying programme writing. सोप्या आज्ञावलीच्या लेखनासाठी अनेक सूचनांसाठी वापरला जाणारा एक शब्द.

Macro virus - a virus contained in and spread by a macro language programme that supplements a word processed documentor spread sheet. These are most common type of virus they can easily be spread in attachments to e-mail वर्ड प्रोसेसरची प्रक्रिया करण्यासाठी असलेले दस्तऐवज व स्प्रेड् शीट्स यांसाठी मायक्रो लँग्वेज प्रोग्रॅम आवश्यक असतो. याच भाषेत संगणक विषाणू असतो तो पसरतो हे सर्वसामान्य विषाणू सहजरीत्या ई. मेलच्या जोडलेल्या साधनामध्ये पसरू शकतात.

MADI (Multichannel Audio Digital interface) - an interface standard described by the Audio Engineering अनेक वाहिन्यांचा श्राव्य अंकीय संपर्क ऑडिओ इंजिनिअरिंगकडून वर्णन केलेले संपर्काचे प्रमाणीकरण

Magnetic disk - Flat circular piece of coated material onto the surface of which signals can be stored magnetically. चुंबकीय पद्धतीने पृष्ठभागावर संदेश संग्रहित केलेल्या साहित्याचे आवरण असलेला एक सपाट वर्तुळाकार तुकडा.

Magnetic tape - narrow length of thin plastin coated with a magnetic material used to store signals magnetically चुंबकीय पद्धतीने संदेश साठा करणारी, चुंबकीय साहित्य वापरलेली, प्लॅस्टिक आवरण असलेली अरुंद, पातळ फीत.

Mail - 1) system of letters or parcels from one place to another. एका ठिकाणाहून दुसऱ्या ठिकाणाकडे पाठविलेली पत्रे, पार्सले. 2) electronic messages to and from users of a bulletin board or network. संगणकीय जाळे व बुलेटिन बोर्ड यांच्यामार्फत उपभोक्त्याने पाठविलेले व त्याला येणारे इलेक्ट्रॉनिक संदेश.

Mailbox - electronic stroage space with an address in which a user's incoming messages are stored स्थानासह उपभोक्त्याला येणारे संदेश संग्रहित करण्याची इलेक्ट्रॉनिक जागा.

Mail box - a folder on a mail server in which client's e-mail is stored as soon as it is received मेल साठ्यातील फोल्डरमध्ये मिळाल्यानंतर सत्वर संग्रहित केलेल्या ग्राहकाच्या ई-मेल

Mail bridge - mail gateway that forwards e-mail between two or more networks while ensuring that messages it forwards meet certain administrative criteria दोन किंवा अधिक जाळ्यांमधून ई-मेल पुढे पाठविताना त्यातील संदेशांना काही प्रशासकीय कसोटीतून पुढे पाठविणारा मेल प्रवेश मार्ग.

Mail exploder - part of an e-mail delivery system that allows a message to be delivered to a list of addresses. ई-मेलच्या वितरणाचा एक भाग यामुळे पत्त्याच्या यादीकडे संदेश पोहोचविता येतो.

Mail gateway - machine which connects two or more e-mail systems and transfers messages between them. दोन किंवा अधिक ई-मेल पद्धती जोडणारे आणि त्यांच्यामध्ये संदेशाची बदली करणारे यंत्र.

Mail merge - merging of database information with a letter template in a word processor in order to create personalized letters. वैयक्तिक पत्रनिर्मितीसाठी वर्ड प्रोसेसरमध्ये पत्राचा प्रमाणित मजकूर व आधारभूत माहिती-संचाचे एकत्रीकरण.

Mail server - any computer offers e-mail services on the net. जाळ्यावरील ई-मेल सेवा देणारा कोणताही संगणक.

Mailing list - a list of e-mail users who are the members of a group. एका गटाचे सभासद असलेल्या ई-मेल उपभोक्त्यांची यादी.

Mailing list - 2) list of names and addresses of people. लोकांची नावे व पत्ते असलेली यादी.

Main frame - a large capacity powerful computer which is used by many users. अनेक उपभोक्त्यांकडून वापरला जाणारा मोठी क्षमता व शक्ती असलेला संगणक.

Main memory - area of fast access time RAM whose locations can be directly and immediately addressed by CPU. मध्यवर्ती कार्यप्रणालीकडून त्वरित आणि प्रत्यक्ष जागेमध्ये जलद प्रवेश करणारी स्मृतिमंजूषा.

Majordomo - a popular programme which manages e-mail lists. ई-मेल व्यवस्थेची एक लोकप्रिय आज्ञावली.

MAN (Metropolitan Area Network) - Network which covers a metropolitan area मोठ्या शहरांच्या क्षेत्रासाठी असलेले संगणकीय जाळे.

Management Information Systems - computer or manual procedures within an organization to provide useful or timely information to support decision making on all levels of management. संस्थेतील सर्व स्तरांतील व्यवस्थापनाला निर्णय घेण्यासाठी उपयुक्त व वेळेवर माहिती देणारी संस्थेतील संगणकीय किंवा मानवी कार्यपद्धती.

Mandatory user profile - profile which is assigned to a user cannot be modified by the user. उपभोक्त्याला दिलेल्या माहितीत त्याला बदल करणे शक्य नसते.

MAR (Memory Address Register) - register within the CPU that contains the address of next location to be accessed. नंतरच्या जागेमध्ये प्रवेश करण्याचे स्थान दर्शविणारे मध्यवर्ती कार्यप्रणालीतील रजिस्टर (नोंदपुस्तक)

MARS (Multicast Address Resolution Server) - Mechanism for supporting IP multicast. अनेकविध महाजाळ्याच्या नियमसंचाला पाठिंबा देणारी यंत्रणा.

Martian - Humorous term applied to packets that turn up unexpectedly on the wrong network because of bogus routing entries. बनावट पथप्रवेशामुळे अनपेक्षितरीत्या चुकीच्या जाळ्याकडे वळलेला संच. या संचाला विनोदाने वापरलेला शब्द.

Marvel - Machine - Assisted Realization of the Virtual Electronic Library.

The Library of congress gopher, आभासी इलेक्ट्रॉनिक ग्रंथालयाचा यंत्राच्या सहाय्याने होणारा साक्षात्कार उदा. द लायब्ररी ऑफ कॉंग्रेस गोफर.

Mass storage - Storage and retrieval of large amount of data. मोठ्या प्रमाणात असलेला माहितीचा साठा.

Master file - set of all the records of reference data required, can be updated periodically. माहितीच्या ठराविक कालावधीने अद्ययावत केला जाणारा संदर्भनोदींचा संच.

Math coprocessor - a secondary processing chip which is added to a computer that works with CPU to solve floating point calculations. तरंगणाऱ्या मुद्याच्या साधक बाधक गोष्टी लक्षात घेऊन सोडविण्यासाठी मध्यवर्ती कार्यप्रणालीबरोबर कार्य करणारी संगणकामध्ये जादा असलेली दुसरी प्रक्रिया करणारी चिप.

Matrix - a method of organizing information into a 3 dimensional structure by giving it vertical and horizontal cross points. आडव्या व उभ्या ओलांडणाऱ्या बिंदूंची माहिती व्यवस्थित एकत्र करण्याची त्रिमिंती रचनेची पद्धत, साचा.

MAU - (Media Attachment Unit) this device used in Ethernet and IEEE 802.3 network that provides the interface between the AVI port of a station and the common medium of Ethernet. स्थळाच्या एयूआय पोर्ट आणि इदरनेटचे सामान्य माध्यम यांमध्ये संपर्क देणारे, इदरनेट आणि आयईईई ८०२.३ या जाळ्यामध्ये वापरले जाणारे साधन.

MBONE (Multicast Backbone) - Multicast backbone of the internet. MBONE is a virtual multicast network composed of multicast LANS and point to point tunnel which interconnects them अनेकविध महाजाळ्यांचा कणा अनेकविध स्थानिक क्षेत्रीय जाळी आणि बिंदूपासून बिंदूपर्यंत अंतर्गत जोडणीचा बोगदा यांमुळे बनलेले एम बी ओ एन ई. अनेकविध आभासी जाळे.

MBR (Memory Buffer Register) - register in a CPU that temporarily buffers all inputs and outputs मध्यवर्ती कार्यप्रणालीतील तात्पुरत्या समावेशीत व संस्कारित नोंदींची यादी.

MBS (Maximum burst size) - in an ATM signaling message burst tolerance is conveyed through the MBS which is coded as a number cell. क्रमांक सेल प्रमाणे सांकेतिक लिपीतील एम बी एस द्वारा एटीएम मधील संदेशाचे सहिष्णुतेने पूर्णपणे भरून होणारे संदेशाचे वहन.

MCDV (Maximum Cell Delay Variation) - In an ATM network the maximum two point CDV objective across a link or a node for the specified service category. विशिष्ट सेवेसाठी एटीएम जाळ्यातील कमाल दुवा किंवा बिंदू ओलांडणारे दोन बिंदू

MCR (Maximum Cell Rate) - Parameter defined by the ATM forum for ATM traffic management. एटीएम वाहतूक व्यवस्थेसाठी एटीएम (फोरम) संघाकडून स्पष्ट केलेला पॅरामीटर.

MCTD (Maximum Cell Transfer Delay) - In an ATM network the sum of the MCDV and the fixed delay component across the link or node. एटीएम जाळ्यातील दुवा किंवा बिंदू ओलांडणारे, निश्चित विलंब करणारे घटक आणि काही एम सी डी व्ही.

MDR (Memory Data Register) - register in a CPU that holds data before it is processed. माहितीची प्रक्रिया करण्यापूर्वी मध्यवर्ती कार्यप्रणालीमध्ये ती माहिती धारण करणारे रजिस्टर (नोंद पुस्तक)

Media - means of communicating information to the public. सर्व लोकांना माहितीचे संप्रेषण करणारी साधने

Media - Various physical environments through which transmmission signals pass. संदेश प्रक्षेपण करणारी नैसर्गिक परिस्थिती.

Media access control sublayer - first sublayer of the data link layer, It is responsible for physical addressing and access to the network media. जाळ्याच्या नैसर्गिक पत्ता आणि माध्यमामध्ये प्रवेश मिळविण्यासाठी जबाबदार असलेला माहितीच्या दुवा स्तरातील पहिला उपस्तर.

Megabit - (One million bits of storage संग्रहासाठी उपयोगी असणारे दशलक्ष बिट्स.

Memory - 1) chips where the computer stores system software, programmes and data currently in use स्मृतिमंजूषा संगणकाच्या संग्रहाची व्यवस्था, आज्ञावली प्रणाली आणि माहिती यांच्या चालू वापरासाठी असलेल्या अनेक चिप. 2) Storage space in computer system संगणकव्यवस्थेतील साठा करण्याची जागा.

Memory dump - process of an operating system copying the contents of RAM file when a stop error or blue screen occurs. जेव्हारा चुकीमुळे अथवा निळ्या पडद्यामुळे कार्यान्वित पद्धत थांबते त्यावेळी रॅममधील संचिकेची प्रत तयार करण्याची प्रक्रिया.

Menu - 1) a list that drops down when a mouse buttn is pressed over a menu title. यादीच्या शीर्षकावर माऊसचे बटन दाबले असता सादर होणारी यादी. 2) List of options / Programmes available to the user. उपभोक्त्याला उपलब्ध असलेल्या आज्ञावलीची यादी.

Merge - to combine with data files but still retaining an overall order. दोन माहितींच्या संचिका एकत्र करून त्यांना एकच क्रम देणे.

Mesh - any system with two or more possible paths at interconnections. अंतर्गत जोडणी असलेले कोणत्याही व्यवस्थेचे दोन किंवा अधिक शक्यतेचे मार्ग.

Mesh - network topology in which devices are organized in a manageable, segmented manner with many interactions strategically placed between network nodes. जाळ्यातील बिंदूंमध्ये खंडात्मक पद्धतीने अनेक अंतर्गत कार्ये विशेष रीतीने आटोपशीर करण्यासाठी केलेली साधनांची व्यवस्था जाळ्याचे कार्यक्षेत्र.

Mesh topology - a network configuration in which all computers and devices are connected to every other computer and device with a separate dedicated physical connection between each device स्वतंत्र कार्यासाठी वाहून घेतलेल्या सर्व संगणक आणि साधने यांची इतर प्रत्येक संगणकाशी व साधनाशी केलेली जोडणी, जाळ्याचे कार्यक्षेत्र.

Message - information sent from one person to another एका व्यक्तीकडून दुसऱ्या व्यक्तीकडे पाठविलेली माहिती.

Message - application layer (7) logical grouping of information often composed of a number of lower layer such as packets. खालच्या स्तराच्या अनेक संख्येतून तयार केलेला माहितीचा तार्किक गट, कार्यस्तर उदा. संच.

Message application programming interface - a standard windows interface for messaging that enables different mail programmes and other mail applications to exchange messages and attachment with each other. वेगवेगळ्या मेल आज्ञावली आणि इतर मेल कार्यासाठी संदेशाची अदलाबदल आणि एकमेकांशी असलेल्या जोडणीमुळे संदेशासाठी कार्यरत असलेला विंडोजचा प्रमाणित संपर्क.

Message switching - a method of data transfer where data is sent from device to device in whole across network. सर्व जाळ्यामध्ये साधनाकडून साधनाकडे पाठविली जाणारी माहिती.

Message switching - storing, arranging and mailing of batches of convenient size of data to allow their economical transmission over a network. जाळ्यामध्ये आर्थिक संप्रेषणासाठी साठा करणारी व्यवस्था करणारी, आणि सोयीच्या आकाराप्रमाणे भाग करणारी माहिती.

Meta - a prefix meaning information about. Generally associated Meta Tags which are located within an HTML document and contain information that makes it easier for search engines to locate relevant pages on the internet in response to a search request याचा पूर्वप्रत्ययाचा अर्थ 'माहितीसंबंधी' सामान्यत: एच टी एम एल दस्तऐवजात असणारे आणि माहिती समाविष्ट असणारे मेटा टॅग्ज बरोबर असतात. यामुळे शोधयंत्रणेला शोधविनंतीच्या अनुषंगाने उत्तराची संबंधित पृष्ठे महाजाळ्यावर निश्चित करणे सोपे होते.

Meta data - data about data माहितीसाठी असलेली माहिती.

Metropolitan Area Network - a group of local area network located within same city that are joined by some form of connection. काही स्वरूपात जोडणी असलेला स्थानिक क्षेत्रीय जाळ्यांचा एकाच शहरातील गट.

MHP (Multimedia Home Platform) - a set of common application programming interfaces designed to create an independent operating system independent. स्वतंत्र कार्यान्वित पद्धती आरेखित असलेला सामान्य कार्याच्या आज्ञावली संपर्काचा संच.

MIB (Management Information Base) - Database of network management information that is used and maintained by a network management protocol. जाळ्याच्या व्यवस्थापनाच्या नियमसंचाकडून वापरला जाणारा आणि अबाधित असलेला जाळ्याच्या माहितीव्यवस्थापनाचा आधारभूत माहितीसंच.

Microcode - translation layer between machine instructions and elementary operations of a computer. संगणकाची प्राथमिक कार्ये आणि सूचनातील प्रक्षेपणाचा स्तर.

Microcomputer - complete small-scale chip, low-power computer system based around a microprocessor chip and having limited memory capacity. मर्यादित क्षमतेची स्मृतिमंजूषा, मायक्रोप्रोसेसर चिप वर आधारित लहान आकाराची, कमी शक्ती असलेली संगणकव्यवस्था.

Microfilter - device which prevents data frequencies from travelling over telepone line and interfacing with telephone calls. दूरध्वनी कॉलच्या संपर्कात असलेले आणि दूरध्वनीमार्फत प्रवास करणाऱ्या लहरींना अडथळा करणारे साधन.

Microprocessor - small central processing unit assembled in a single integrated circuit chip. एकमेकांशी जोडलेल्या सर्किटची एक चिप असलेली एक लहान मध्यवर्ती कार्यप्रणाली.

Microsoft disk operating system - a system developed by Microsoft company. मायक्रोसॉफ्ट कंपनीने विकसित केलेली कार्यान्वित पद्धती.

Microwave - in communications a way of sending voice, data and video signals through the air as high frequency radio waves to obtain high transmission at lower cost than copper cable systems तांब्याच्या वाहिनी- पद्धतीपेक्षा कमी खर्चात उच्च प्रक्षेपण करणाऱ्या रेडिओलहरीमार्फत आवाज, हृदय आणि माहिती संदेश पाठविण्याचा संप्रेषणातील मार्ग.

Mid - level network - makes up the second level of the internet hierarchy. महाजाळ्याच्या परंपरेतील दुसऱ्या स्तराचे जाळे.

Midsplit - broadband cable system in which the available frequencies are split into two groups - 1) transmission 2) reception. प्रक्षेपण आणि स्वीकार अशा दोन गटामध्ये विभाजन झालेल्या ब्रॉडबँड माहिती पद्धतीतील उपलब्ध लहरी.

Mid - **user** - operater who retrieves relevent information from a database for a customer
ग्राहकासाठी आधारभूत माहितीसंचातून संबंधित माहिती प्रतिप्राप्ती करून देणारा कार्यकर्ता.

MII (Media Independent Interface) - standard specification for the interface between network controller chips and their associated media inerfacechips जाळ्याच्या नियंत्रक चिप आणि त्यांच्या बरोबर असलेल्या माध्यम संपर्क चिप यांच्यामधील संपर्कासाठी असलेले प्रमाणित वैशिष्ट्य.

Millennium bug - a set of problems occuring on January 1. 2000 and other related dates caused by shortsighted programming that coded the years with only 2 digits. जानेवारी १२००० दिवशी निर्माण झालेल्या समस्यांमुळे इतर संबंधित तारखा. अदूरदृष्टी प्रणालीकडून सांकेतिक लिपीमध्ये ते वर्ष फक्त २ या संख्येने दाखविले गेले.

MIMF (Multipurpose Internet Mail Extension) - Standard for transmmitting non text data in internet mail, for example, foreign language text binary, audio or video data परदेशी भाषेतील मजकूर, दोन अंकी, दृश्य वा श्राव्य माहितीसारख्या मजकूर नसलेल्या माहितीच्या प्रक्षेपणासाठी महाजाळ्याच्या मेलमध्ये आणलेली प्रमाणके

Minicomputer - small computer with a greater range of instructions and processing power than a microcomputer. मायक्रोकॉम्प्युटरपेक्षा प्रक्रिया शक्ती सूचनांची जास्त मर्यादा असलेला छोटा संगणक.

Minimum weight routing - method of optimizing the transmission path of a message through a network. जाळ्यातील संदेशाच्या प्रक्षेपणाच्या सर्वोत्कृष्ट मार्गाची पद्धत.

Minmax - method used in artificial intelligence to solve problems. संगणकातील कृत्रिम बुद्धिमत्तेच्या मदतीने समस्या सोडविण्याची पद्धत.

Mirror - is to maintain exact copy of something, the term on the internet refers to "mirror sites" which are web, FTP sites that maintain exact copies of original material on another location for widespread access to the resources. काही गोष्टींची तंतोतंत प्रत करणे, जाळे (web) एफटीपी स्थळे महाजाळ्याच्या संदर्भातील मिरर साइट्स'' सारख्या दुसऱ्या स्थळावरील मूळ साहित्याच्या साधनातील व्यापक प्रवेशासाठी तंतोतंत प्रती करतात.

MIS (Management Information System) - computer system that provides management staff with relevant, up to date information. अद्ययावत व संबंधित माहिती देणारी संगणकीय व्यवस्था.

MMI (Man Machine Interface) - hardware and software designed to make it easier for users to communicate with a machine. उपभोक्त्याला यंत्राबरोबर संप्रेषण करणे सोपे जाण्यासाठी संस्करणविभाग व आज्ञावली यांचे आरेखन.

MMOIP dial peer (multimedia mail over IP dial peer) - dial peer specific to store and foward fax फॅक्स पुढे जाण्यासाठी आणि साठा करण्यासाठी असलेली विशेष डायलपीअर (जोडी)

Mobile - a moving device used for conversation. संभाषणासाठी वापरले जाणारे चल साधन.

Mode - Method of operating a computer.संगणकाचे कार्य करण्याची पद्धत.

Modem - Modulator / demodulator device that allows data to be sent over telephone lines by converting binary signals from a computer into analog sound signals which can be transmitted over telephone line. संगणकाकडून आलेले संख्यात्मक संदेशाचे रूपांतर आवाजाच्या साधर्मी संदेशात करून ते संदेश दूरध्वनीच्या वाहिनीद्वारे प्रक्षेपित करू शकणारे साधन.

Moderator - a person who checks e-mail post before releasing them to an e-mail list इलेक्ट्रॉनिक मेल यादीप्रमाणे वितरण करण्यापूर्वी मेलची तपासणी करणारी व्यक्ती.

Modular - method of constructing hardware or software products संगणकीय आज्ञावली किंवा संस्करण भागाची निर्मिती करण्याची पद्धत.

Modulation - process of varying a carrier's amplitude / frequency / phase according to an applied signal. उपयोगी संदेशाचे वाहतुकीचे आधिक्य / लहरी / टप्पा याप्रमाणे बदल करण्याची प्रक्रिया.

Module - 1) small section of large programme that can if required function independently as a programme in its own right. स्वतंत्रपणे कार्य करण्याची जबाबदारी स्वीकारणारा मोठ्या आज्ञावलीचा लहान भाग. 2) Self contained piece of hardware, that can be connected with other modules.

Module - to form a new system नवीन पद्धत निर्माण करण्यासाठी इतर अनेक लहान भागांशी जोडणी केलेला पण स्वतंत्र असलेला संस्करणविभागाचा एक तुकडा.

Modulate - to change a carrier wave so that it can carry data. माहितीच्या प्रवाहासाठी वाहून नेणारी लाट बदलणे.

Modulating signal - signal to be transmitted that is used to modulate a carrier. माहितीचा प्रवाह वाहून नेणारी वेव्ह (लाट) बदलण्यासाठी प्रक्षेपणाचा दिलेला संदेश.

Moire - a repetitive interference caused by overlapping symmetrical grids of dots or lines having differing angle. वेगवेगळे कोन असणाऱ्या लाइन्स (ओळी) किंवा प्रमाणबद्ध बिंदूंची चौकट यांच्या आच्छादनामुळे वारंवार निर्माण होणारे अडथळे.

Monitor - visual display unit used to display high quality text / graphics generated by a computer. संगणकाकडून निर्माण केलेला मजकूर, चित्रे चांगल्या रीतीने प्रदर्शित करणारा विभाग.

Monochrome - single coloured image displaying only black and white or greyscale information. एकाच रंगाची काळा आणि पांढरा किंवा करड्या रंगाची माहिती प्रदर्शित करणारी प्रतिमा.

Morse code - system of signaling using only two symbols, dots and dashes. केवळ दोन खुणा (टिंबे व रेषा) वापरणारी संदेश व्यवस्था.

MOSPF (Multicast open shortest path first) - intradomain multicast routing protocol used in OSPF networks. ओएसपीएफ जाळ्यामध्ये वापरलेला अंतर्गत कार्यक्षेत्रातील अनेकविध मार्गांचा नियमसंच.

Motherboard - brain of a computer. a plastic board resembling a miniature city but its buildings are actually chips for things like processing RAM and ROM and tiny roads connecting them are circuit traces. संगणकाचा

मेंदू लहान शहरासारखा, त्यावरच्या चिप म्हणजे इमारती उदा. प्रक्रिया, रॅम आणि रॉम त्यांना जोडणारे सर्किट म्हणजे छोटे रस्ते असा प्लॅस्टिक बोर्ड.

Mottling - a texture similar to orange peel, sometimes caused by sharpening. It is particularly in flat areas. सपाट क्षेत्रामध्ये तीक्ष्णतेमुळे संत्र्याच्या सालीप्रमाणे होणारी घडण.

Mouse - a small hand-held input device moved on a flat surface to control the position of a cursor on the screen. पडद्यावरची कर्सरची स्थिती नियंत्रित करणारे सपाट पृष्ठभागावर हलणारे एक छोटे हातात मावणारे साधन.

Mouse - a device which enables a user to point and click at links, icons or other images on monitor. उपभोक्त्याला संगणकाच्या पडद्यावरील बोधचिन्हे, जुळणी किंवा इतर प्रतिमा दर्शवणारे आणि त्यावर क्लिक (बटन दाबणे) करणारे साधन.

Moving pictures expert group - an international standard for videos compression and desktop movie presentation. दृश्यांची गर्दी आणि संगणकाचे सिनेमा सादरीकरण यासाठी असणारी आंतरराष्ट्रीय प्रमाणके तयार करणारा गट.

MPLS (Multiprotocol Label Switching) - a switching method which forwards IP traffic using a label. लेबलचा उपयोग करून महाजाळ्याच्या नियमसंचाची वाहतूक पुढे घेऊन जाण्यासाठी जोडण्याची पद्धत.

MR (Modem Register) - one of the suite of software products included in the cisco subscriber registration center product. सिस्को सभासदाच्या नोंदीतील मध्यवर्ती निर्माणामधील आज्ञावलीच्या एकत्रीकरणापैकी एक.

MRM (Multicast Routing Monitor) - a management diagnostic tool which provides network fault detection and isolation in a large multicast routing infrastructure. मोठ्या अनेकविध मार्गांच्या पायाभूत रचनेमधील आणि जाळ्यातील चूक शोधून देणारे व्यवस्थापनाचे तपासणीचे साधन.

MS (Mobile Station) - any mobile device such as mobile handset or computer, which is used to access network services. जाळ्याच्या सेवेमधील प्रवेशाचा उपयोग करणारे कोणतेही फिरते साधन. उदा. संगणक, भ्रमणध्वनी.

MS (Manuscript) - original draft of a written book. हस्तलिखित मूळ प्रत.

MSAU (Multi Station Access Unit) - Wiring concentrator to which an end station in a token ring network connects. टोकन रिंग जाळ्यामध्ये सर्व स्थलाचे शेवट असणारे तारांचे केंद्रीभूतकरण.

MTA - (1) Message Transfer Agent. OSI application process used to store and forward messages of X-400 message handling system. संदेश पाठविणारा दलाल, एक्स ४०० मेसेज हँडलिंग सिस्टिम संदेशाचा संग्रह करण्यासाठी व संदेश पुढे पाठविण्यासाठी वापरलेली प्रक्रिया. (2) Mail Transfer Agent - Software which implements SMTP and provides storage for mail messages to be forwarded to local user. स्थानिक उपभोक्त्याकडे मेलचे संदेश पाठविण्यासाठी त्यांचा संग्रह साठा करण्यासाठी एसएमटीपीचा वापर करणारी आज्ञावली.

MTTR (Mean Time to Repair) - average time needed to return a failed device to service. साधनाचे काही कारणामुळे कार्य थांबल्यानंतर ते साधन परत कार्यरत होण्यासाठी लागणारा सरासरी वेळ.

MUD (Multi-User Dungeon) - adventure, role playing games or stimulations played on the internet महाजाळ्यावरील उत्तेजन देणारे किंवा सहभागी होणारे खेळ, साहस.

Multiaccess network - allows multiple devices to connect and communicate simultaneously. अनेक साधने जोडलेले आणि एकाच वेळी संप्रेषण करणारे जाळे.

Multiaccess system - allows several users to access one file / programme at the same time. एकाच वेळी एक संचिका / आज्ञावली यामध्ये अनेक उपभोक्त्यांना प्रवेश देणारी व्यवस्था.

Multi-board computer - computer which has several integrated circuit boards connected to a motherboard. मुख्य मुद्रित सर्किट व्यवस्थेला अनेक अंतर्गत सर्किट बोर्डाची जोडणी असलेला संगणक.

Multicast - single packets copied by the network and sent to a specific subset of network addresses. जाळ्याकडून एकेरी संचांच्या केलेल्या प्रती जाळ्याच्या पत्त्यावरील उपसंचाला पाठविणे.

Multicast address - single address which refers to multiple network device's group address. अनेक भाग असणाऱ्या जाळ्याच्या साधनांच्या गटाच्या पत्त्याचा असलेला एकेरी पत्त्याचा संदर्भ

Multicast group - dynamically determined group of IP hosts identified by a single IP multicast address. एक महाजाळ्याच्या नियमसंचाचा अनेकविध पत्ते ओळखणारा आलेख, महाजाळ्याचा निश्चित नियमसंचाचा मुख्य गट

Multicast router - it is used to send IGMP query messages on their attached local networks. आयजीएमपी प्रश्नसंदेश त्याच्याच जोडलेल्या स्थानिक जाळ्यावर पाठविण्यासाठी वापरले जाणारे अनेकविध मार्ग.

Multicast server - establishes one to many connection to each device in a VLAN and such way of establishing a broadcast domain for each VLAN segment. व्हीलॅनच्या प्रत्येक भागाचे प्रक्षेपित कार्यक्षेत्र त्याचप्रमाणे व्हीलॅनमध्ये प्रत्येक साधनाची एक किंवा अनेक जोडणी यामध्ये स्थिरता आणणारा अनेकविध साठा.

Multichannel - more than one channel. एकापेक्षा अनेक वाहिन्या असलेले.

Multidrop line - communications lines with multiple cable access point. संप्रेषण तारासहित अनेक भाग असणाऱ्या वाहिनीचा प्रवेशबिंदू.

Multihomed - when a computer has more than one network adapter installed in it. एकापेक्षा अनेक साधने असलेला (बसविलेला) संगणक.

Multimedia - any presentation or software programme combines several media graphics, sound, video, animation, text etc. कोणत्याही सादरीकरणात किंवा संगणकीय आज्ञावली यामध्ये असलेले आवाज, दृश्ये, मजकूर.

Multiple master domain model - domain model consists of two or more master domains that contain user accounts and any number of resource domain that contain shared resources. दोन किंवा अधिक मुख्य मास्टर कार्यक्षेत्र, ज्यामध्ये साधन वाटणी, उपभोक्त्याची खाती आणि कोणत्याही संख्येचे साधन कार्यक्षेत्र अंतर्भूत असते असा काही क्षेत्रांचा आदर्श.

Multiplex - to combine several messages in the same transmission medium. प्रक्षेपणाच्या एकाच माध्यमात अनेक संदेश एकत्र करणे.

Multiplex - division of a single transmission medium into multiple logical channels supporting many apparently simultaneous sessions.
अनेक बैठकांना एकाच वेळी स्पष्टपणे पाठिंबा देणारे, एकेरी प्रक्षेपण माध्यमाचे तार्किक वाहिनीमधील अनेकविध विभाजन.

Multipoint - 1) line or channel connecting three or more different service points तीन किंवा अधिक वेगवेगळ्या सेवाबिंदूंना जोडलेली तार किंवा वाहिनी. 2) Circuit which has points served by three more switches. तीन किंवा अधिक स्विचकडून बिंदूंची सेवा देणारे सर्किट

Multipoint unicast - process of transfering protocol data units where an endpoint sends more than one copy of a media stream to different endpoints शेवटच्या बिंदूकडून वेगवेगळ्या शेवटच्या बिंदूकडे एकापेक्षा अधिक प्रतींमध्ये माध्यम/प्रवाह पाठविण्याची, माहिती घटकांचा नियमसंच बदलण्याची प्रक्रिया.

Multiprocessing - capability of an operating system to use more than one processor in a single computer simultaneously. एकाच वेळी एका संगणकातील एकापेक्षा अधिक प्रक्रियाकार वापरण्याची कार्यान्वित पद्धतीची क्षमता.

Multipurpose internet mail extension - standard for attaching non text files to standard internet mail messages. महाजाळ्यावरील प्रमाणित मेल संदेशांना प्रमाणीकरणासाठी मजकूर नसलेल्या जोडलेल्या संचिका.

Multi - user dungeon - a multi user simulation environment. अनेक उपभोक्त्यांना उपयोगी पडणारी परिस्थिती

Multivendor network - using more than one vendor एकापेक्षा अधिक विक्रेते असणारे जाळे.

Musical instrument digital interface - a technology that enables a computer to record and play musical performance. सांगीतिक सादरीकरणाचे रेकॉर्ड करून ते परत प्रदर्शित करण्यासाठी संगणकाला प्रवृत्त करण्याचे तंत्र.

Mutually exclusive - a set of events in which if one happens the other does not. एखादी घटना घडते पण दुसरी घटना घडत नाही, असा घटनांचा संच.

Mux (Multiplexer) - equipment that enables several data streams to be sent over a single physical line. एकेरी नैसर्गिक वाहिनीमधून कित्येक माहितीप्रवाह पोहोचविणारे साधन

N

NACS (NetWare Asynchronous Communication Services) - promotes the sharing of communications resources as modems, asynchronous hosts and x.25 network services. मोडेम, एकाच वेळी न येणारे मुख्य आणि एक्स २५ जाळे सुविधा ही संप्रेषण वाटणीला प्रोत्साहन देणारी साधने.

NADN (Nearest Active Downstream Neighbour) - In token ring networks the closest downstream network device from any given device that is still active कोणत्याही साधनाकडून दिलेले पण कार्यरत असलेले टोकन रिंग जाळ्यातील सर्वात जवळचे जाळ्याचे साधन.

NAM (Network Applications Management) - it contains only a small configuration that allows it to directly route subset of calls and dispatch the other requests to the appropriate CICM. It receives route responses from the CICM and forwards them to the carrier network. प्रत्यक्ष कॉल्सच्या उपसंचाला प्रत्यक्ष रीतीने आणि योग्य सी आय सी एम ला इतर विनंती पाठवून देण्याची परवानगी देणारी छोटी अंतर्गत भाग असलेली व्यवस्था. ही व्यवस्था सी आय सी एम कडून असलेली उत्तरे मिळवून ती वाहक जाळ्याकडे पाठविण्याचे कार्य करते.

Name - ordinary word used to identify an address in machine language. यांत्रिक भाषेमध्ये स्थान ओळखण्यास वापरला जाणारा सामान्य शब्द.

Narrow band - communication method that uses a bandwidth less than that of voice channel. आवाजाच्या वाहिनीपेक्षा कमी असलेल्या बँडविड्थचा वापर करणारी संप्रेषण पद्धती.

Narrow-band communication - communication system capable of carrying only voice or relatively slow speed computer signals. आवाज किंवा तुलनात्मक दृष्ट्या संथ गतीचे संगणक संदेश वहन करण्याची क्षमता असलेली संप्रेषणव्यवस्था.

NAS (Network Access server) - cisco platform which interfaces between the packet world and circuit world. संचाचे जग व सर्किट जग यांमध्ये संपर्क साधणारा सिस्को प्लॅटफॉर्म (व्यासपीठ)

NAT (Network Address Translation) - mechanism for reducing the need for globally unique IP addresses. जागतिक विशेष महाजाळ्याच्या नियमसंचाची पत्त्यांची गरज कमी करणारी यंत्रणा.

Native - Specially written software to run on a particular processor विशिष्ट प्रक्रियाकारावर कार्यान्वित होण्यासाठी लिहिलेली विशेष आज्ञावली.

Navigation tools - allow users to find out a way around a website or multimedia presentation. वेबस्थळ किंवा बहुविध प्रसारमाध्यमे यांचे सादरीकरण करण्यासाठी त्यांच्या भोवती मार्ग शोधण्यासाठी उपभोक्त्याला दिलेली परवानगी.

NBMA (Non-broadcast Multiple Access) - Team describing a multiaccess network that either does not support broadcasting or in which broadcasting is not feasible. अनेक प्रवेश असलेले जाळे जे प्रक्षेपणाला पाठिंबा देत नाही किंवा ज्यामध्ये प्रक्षेपण करणे सोपे नसते अशा बहुप्रवेशी जाळ्याचे वर्णन करणारा गट

NCP - Network control programme. जाळ्यावर नियंत्रण ठेवणारी आज्ञावली. जाळे नियंत्रण आज्ञावली.

NDR (Non - destructive readout) - display device that retains previous characters when displaying new characters. नवीन अक्षरे प्रदर्शित करताना पूर्वीची अक्षरे तशीच राहू देणारे प्रदर्शनीय साधन.

NDR (Non Destructive Readout) - display system that continues to display previous characters when new ones are displayed. नवीन अक्षरे प्रदर्शित करताना पूर्वीची अक्षरे सलग प्रदर्शित करणारी व्यवस्था.

NE - (Network Element) is a combination of hardware and software system that is designed primarily to perform a telecommunications service function. दूरसंचार सेवेच्या कार्यासाठी प्रथम आरेखित केलेली संस्करण-विभाग व आज्ञावलीच्या एकत्रीकरणाची व्यवस्था.

Near - line storage - data or services which kept offline to save expensive disk space or resources but can be bought back online automatically when a user requests it तबकडीवरील खर्चिक जागा अथवा साधने यांमध्ये बचत करण्यासाठी उपभोक्त्याने विनंती केल्यावर त्याला आपोआप Online खरेदी करता येईल अशा रीतीने ऑफलाइन ठेवलेला डाटा अथवा सेवा.

Neighbourhood - a group of subscribers' computers shared or private cable modem associated with an account administered in the user

Register Admin उपभोक्त्याच्या नोंदवहीत नोंद असलेले खाते, जोडलेले मोडेम, संगणकाची वाटणी किंवा खासगी वाहिनी असलेला सभासदांचा गट.

Neighbouring routers - in OSPF two routers that have interfaces to a common network. सामान्य जाळ्याशी संपर्क असलेले ओ एस पी एफ मधील दोन मार्ग.

Nested loop - loop inside another loop in the same programme. एकाच आज्ञावलीच्या सूचनांच्या संचामध्ये असलेला दुसरा सूचनासंच

Net BIOS (Network Basic Input / Output System) - API used by applications on an IBM LAN to request services from lower level network processes. कमी स्तराच्या जाळ्याच्या प्रक्रियेकडून सेवेची सुविधांची मागणी करण्यासाठी एपीआयने वापरलेली आयबीएम लॅन जाळ्याची मूलभूत समावेशनाची व संस्करणविभागाची कार्ये

Netflow - a feature of some routers that allows them to categorize incoming packets into flow. प्रवाहामध्ये येणाऱ्या संचांची पॅकेट्सची गटवारी करण्याचे काही मार्गांना परवानगी देणारे वैशिष्ट्य.

Netiquette - form of online etiquette जाळ्यातील प्रत्यक्ष सेवेची रूपरेषा / जाळ्यातील ऑनलाइन वागण्याच्या पद्धतीची रूपरेषा.

Netizen - refers to the citizen of internet. महाजाळ्याचे सभासद / नागरिक.

Netscape - WWW Browser - name of company which published it. जागतिक व्यापक शोधक जाळे वेब ब्राउजर ज्या कंपनीने प्रकाशित केले ती कंपनी.

Net view - IBM network management architecture and related applications. आयबीएम जाळ्याची व्यवस्थापना बाधणी आणि त्या संबंधित कार्ये.

Netware - provides transparent remote file access and numerous other distributed network services. अनेक पारदर्शी जाळे वितरित सेवा आणि दूरवरच्या संचिकांना प्रवेशाची तरतूद करणारे नेटवेअर.

Network - any system made of a number of points / circuits that are interconnected. एकमेकांशी जोडलेल्या अनेक बिंदू (points) अथवा सर्किट्सनी तयार झालेली कोणतीही व्यवस्था.

Network - a group of computers set up to communicate with one another. एकमेकांमधील संप्रेषणासाठी तयार केलेला संगणकांचा गट.

Network access order - Specifies which protocol an operating system will use first when it attempts to access another computer in a network - जाळ्यातील दुसऱ्या संगणकावर प्रवेश करण्याचा प्रयत्न करताना मध्यवर्ती कार्यान्वित

पद्धतीने कोणता नियमसंच प्रथम वापरावा ह्यासाठी केलेले स्पष्टीकरण. जाळ्यावर अन्य संगणकाचा ॲक्सेसचा प्रयत्न करीत असताना ऑपरेटिंग सिस्टिम प्रथम कोणता protocol वापरेल त्याचा खास उल्लेख करणारी व्यवस्था

Network adapter - an adapter card in a computer that enables the computer to connect to a network. संगणकाला जाळ्याशी जोडण्यासाठी संगणकामध्ये असलेले ॲडॅप्टर कार्ड.

Network address - network layer address referring to a logical rather than physical network device. नैसर्गिक जाळ्याच्या साधनापेक्षा भौतिक साधनाशी संबंधित जाळ्याचा, स्तराचा पत्ता.

Network administration - management of the hardware and software that connects computers in a network. जाळ्याच्या संगणकातील संस्करण विभाग व आज्ञावली जोडणीचे व्यवस्थापन. जाळ्यामध्ये संगणक जोडणारे हार्डवेअर / आणि सॉफ्टवेअरचे व्यवस्थापन.

Network analysis - study of messages destinations and routes in a network to provide a better operation. चांगल्या प्रक्रियेची तरतूद करण्यासाठी संगणक जाळ्यामधील संदेश पोहोचण्याचे अंतिम ठिकाण आणि मार्ग यांचा अभ्यास.

Network analyzer - software / hardware device offering various trouble shooting features as packet transmission protocol. संगणकातील संस्करण-विभाग आणि आज्ञावली साधनातील अनेक त्रासदायक वैशिष्ट्ये उदा. संचातील प्रक्षेपण नियमसंच. पॅकेट transmission protocol म्हणून विविध trouble shooting वैशिष्ट्यांची तरतूद करणारे softwared hardware साधन.

Network client administrator - a windows NT (R) server tool subscriber can use to create an installation disk set to install network clients. सभासद तबकडी संचांची स्थापना करून नवीन जाळ्याच्या ग्राहकांची सोय करून देणारे विन्डोज एन टी (R) साठा साधन.

Network control programme - software that regulates the flow of and channels for data transmitted in a network. जाळ्यामध्ये माहितीचा प्रवाह आणि वाहिन्या यांचे प्रक्षेपण नियमित करणारी आज्ञावली.

Network database - database structure in which data items can be linked together. एकत्र जोडता येईल अशी आधारभूत माहितीची रचना.

Network device - a computer printer, modem or any physical entity connected to a network. जाळ्याला जोडलेली संगणक, मुद्रणयंत्र (प्रिंटर) मोडेम किंवा कोणतेही प्राकृतिक साधन.

Network device - interface specification - a product of microsoft. It specifies how network devices interface with the network and maps very closely on the OSI model. ओ एस आय मॉडेलमध्ये नकाशे आणि जाळ्यामधील साधनांचा संपर्क कसा येतो याचा खास उल्लेख करणारी मायक्रोसॉफ्ट कंपनीची एक निर्मिती.

Network file system - protocol which allows a computer system to access files over a network as if they were on its local hard disks. स्थानिक हार्ड डिस्कवरील संचिकांप्रमाणेच जाळ्यातील संचिकांमध्ये प्रवेश करण्यास संगणकपद्धतीला परवानगी देणारा नियमसंच.

Network interface cadre - add - on card which plugs into a computer and adapts the network interface to the appropriate standard. योग्य प्रमाणकाशी संपर्क करण्यासाठी जोडलेले व योग्य उपयोगासाठी असलेले कार्ड.

Network layer - OSI standard layer that decides on the routes to be used, the costs etc. ओ एस आय प्रमाणित जाळ्यामधील मार्ग, किंमत इ. विचार करणारा प्रमाणक स्तर.

Network layer - the third layer of OSI model responsible for routing information from one network device to another. एका जाळ्याच्या साधनाकडून दुसऱ्या जाळ्याच्या माहिती मार्गासाठी जबाबदार असलेला स्तर ओ एस आय मॉडेलचा तिसरा स्तर.

Network news transfer protocol - it is used by client and srever software to carry USNET postings back and forth over a TCPLIP network टीसीपीएल्आयपी जाळ्यावर पुढे आणि मागे जाणारा ग्राहक आणि आज्ञावली साठा याजकडून युजनेट postings वाहून नेण्यासाठी वापरण्यात येणारा नियमसंच.

Networking - interconnecting two or more computers either in the same room or different towns allowing them to exchange information. माहितीची अदलाबदल होण्यासाठी एकाच खोलीत किंवा वेगवेगळ्या शहरांमध्ये असलेल्या दोन किंवा जादा संगणकांची अंतर्गत जोडणी.

Newbie - a newcomer to the internet. महाजाळ्याचा नवीन सभासद

News - a popular forum for disscussion on the internet. महाजाळ्यावर चर्चा करणारा लोकप्रिय गट

Newsreader - a software programme that lets user subscribe to newsgroups on USENET as well as read and post messages to them.

उपभोक्त्याला युजनेटवरील वार्तागटाचा सभासद होण्यासाठी त्याचप्रमाणे संदेश वाचणे आणि त्याच्याकडून पाठवणे यासाठी परवानगी देणारी एक आज्ञावली.

News server - a system that downloads all usenet newsgroup postings and allows users to read and to post new messages to them. युजनेटवरील वार्तागटाची पोस्टिंग्ज डाउनलोड करणे, उतरविणे आणि ती पोस्टिंग्ज वाचणे आणि त्यात नवीन संदेशांची भर घालणे यासाठी परवानगी देणारी पद्धती

NFS (Network file system) - a distributed file system protocol suite developed by Sun Micro Systems that allows remote file access across a network जाळ्यामधील दूरस्थ फाइलला प्रवेशाची परवानगी देण्यासाठी सन मायक्रोसॉफ्ट पद्धतीने विकसित केलेली वितरित संचिका पद्धती प्रोटोकॉल (नियम) संच.

NHRP (Next Hop Resolution protocol) - used by routers to dynamically discover the MAC address of other routers and hosts connected to an NBMA network एन बी एम ए जाळ्याशी जोडलेले मुख्य आणि इतर मार्गांचे मॅक पत्ते जलदगतीने शोधण्यासाठी मार्गाकडून वापरला जाणारा नियमसंच.

Nibble - half the length of a standard byte. प्रमाणित बाइटची अर्धी लांबी.

NIC - (1) Network Interface (Card) Board that provides communication capabilities to and from a computer system. संगणकपद्धतीकडून आणि कडे संप्रेषणक्षमता देणारे साधन (बोर्ड) 2) Network Information Center. जाळे माहिती केंद्र.

NICNET - net developed by National Informatics Centre राष्ट्रीय माहिती केंद्राने विकसित केलेले जाळे.

NIS (Network Information Service) - Protocol developed by Sun Micro Systems for the administration of networkwide databases. जाळ्यातील व्यापक आधारभूत माहितीसंचाच्या व्यवस्थापनासाठी सन मायक्रो सिस्टिमने विकसित केलेला नियमसंच.

N - ISDN - (Narrowbrand ISDN) - communication standards developed by the ITU-T for baseband networks. पायाभूत जाळ्यासाठी आयटीयूटीने विकसित केलेली संप्रेषणाची प्रमाणके.

NLC (Node Line Card) - One of the component cards used in the cisco 6400 universal access controller. सिस्को ६४०० सार्वत्रिक प्रवेश नियंत्रकामध्ये वापरले जाणारे एक साधन घटक (कार्ड)

NLRI (Network Layer Reachability Information) - BGP send routing update messages containing NLRI to describe a route and how to get there एन एल आर आय समाविष्ट असलेला मार्ग आणि तो कसा मिळवावा हे वर्णन करणारा बी जी पी ने पाठविलेला अद्ययावत संदेशमार्ग.

NLSP (NetWare Link Services Protocol) - Network layer security protocol. OSI protocol for end - end encryption services at the top of OSI layer. सुरवातीपासून शेवटपर्यंत ओ एस आय च्या वरच्या स्तरापर्यंत सांकेतिक शब्दात रूपांतर करणारी सेवा देणारा ओ एस आय नियमसंच जाळ्यातील स्तर सुरक्षा नियमसंच. प्रारंभापासून शेवटपर्यंतच्या encryption सेवांसाठी OSI स्तराच्या अत्युच्च टोकावर दिलेला OSI प्रोटोकोल.

NME (NET MGT)(Network Management Ethernet) - LAN used to control and manage equipment in a central office and branch locations. मध्यवर्ती कार्यालयातील आणि विविध शाखा यांमधील साधनांची व्यवस्था पाहण्यासाठी व त्यावर नियंत्रण ठेवण्यासाठी वापरलेले स्थानिक क्षेत्रीय जाळे.

NMI (Non maskable interrupt) - computer interrupt signal that can not be blocked by software and overrides other commands. आज्ञावलीमुळे अडथळा न येणारे आणि अन्य आज्ञांकडे दुर्लक्ष करणारे संगणकीय व्यत्ययकारक सांकेतिक चिन्ह.

NMS (Network Management System) - system responsible for managing at least some part of a netwoork. जाळ्याच्या निदान एखाद्या भागाच्या व्यवस्थेसाठी जबाबदार असलेली पद्धती.

NNI (Network to Network Interface) - ATM forum standard that allows the interface between two ATM switches which are both located in a private public network. खासगी किंवा सार्वजनिक जाळ्यामध्ये असणारे दोन एटीएम स्विच एकमेकांशी संपर्क साधण्यासाठी परवानगी देणारा ATM.

NOC (Network Operation Center) - a location from which operation of a network / internet is monitored. जाळे / महाजाळे यांचे कार्य नियंत्रित करणारी जागा / केंद्र

Nodal period - time elapsed inbetween two successive ascending nodes of a satellite orbit / translator उपग्रहाच्या कक्षा अथवा भाषांतराच्या दोन सलग चढत्या क्रमाच्या बिंदूंमधील निघून जाणारा वेळ.

Node - interconnection point in a structure / network. जाळे किंवा रचना यामधील अंतर्गत जुळणी असलेले ठिकाण.

Node - 1) end point of a network connection / a junction common to two or more lines in a network शेवटचे समाईक असलेले स्थान जाळ्यामध्ये दोन किवा अधिक मार्गांना केलेली जोडणी 2) Point of connectivity - जुळणीचे ठिकाण, 3) source of destination of wavelength path जागेच्या लहरी लांबीच्या मार्गाचे साधन.

Noise - random incorrectly read pixel values due to electrical interference / device instability. साधनाची अस्थिरता / विद्युत् अडथळा यामुळे लहान क्षेत्रातील प्रवासाची विखुरली गेलेली मूल्ये.

Nomenclature - predefined system for assigning word and symbols शब्द आणि खुणा देण्यासाठी असलेली पूर्वरचित पद्धती.

Non compatibility - two or more pieces of hardware and software that can not exchange data or peripherals. माहितीची किंवा इतर गोष्टींची अदलाबदल न करणारे संस्करणभागाचे किंवा आज्ञावलीचे दोन किंवा अधिक भाग.

Nonstub area - resource intensive OSPF area which carries a default route, static route, intraarea route interarea route and external route. चुकीचा मार्ग, स्थिर मार्ग, विशिष्ट क्षेत्रातील मार्ग अंतिम क्षेत्रातील मार्ग आणि इतर बहि:स्थ मार्ग असलेले सखोल ओ एस पी एफ क्षेत्र

Non-terminal symbol - represents other production rules within the BNF grammar such as less than / greater than बी एन एफ ग्रामरमधील अन्य निर्मिती नियमांचे प्रतिनिधित्व करणारे चिन्ह उदा.च्यापेक्षा कमी/च्यापेक्षा जास्त.

Nonvolatile memory - data storage which retains information even if power to it is ceased, माहितीसाठ्याचा वीजपुरवठा थांबला तरी त्यामधील माहिती तशीच राहण्याची व्यवस्था.

NOS (Network Operating System) - refers to what are really distributed file systems. संचिकेच्या व्यवस्थेमध्ये प्रत्यक्षात काय वितरित केले यांच्याशी संबंधित व्यवस्था, विपरीत फाइल पद्धती.

Not AND - a logical condition describing two statements where one of the conditions is not true and the other is true ने ज्यांमधील एक अट सत्य नसते आणि दुसरी अट सत्य असते अशा दोन विधानांचे वर्णन करणारी तार्किक अट

Notepad - part of the screen used to store information even when the terminal is switched off. संगणक बंद असला तरी माहिती साठा करण्यासाठी वापरलेला संगणक पडद्याचा भाग.

NR Register - network register provides domain name server कार्यक्षेत्रातील नावाच्या साठ्याची तरतूद करणारे जाळ्याचे नोंद पुस्तक.

NRM (Normal Response Mode) - HDLC mode for use on links with one primary station and one / more secondary station. एक प्राथमिक स्थळ आणि एक अथवा अधिक दुय्यम स्थळे दुव्यावर वापरण्यासाठी असलेले एच डी एल सी बिंदू.

NSAP - Network Service Access Point- network addresses as specified by ISO जाळे सुविधा प्रवेश बिंदू आय एस ओ ने नमूद केलेले जाळ्याचे पत्ते

NTP (Network Time Protocol) - built on a top of TCP which ensures accurate local time keeping with reference to radio and atomic clocks located on the internet. महाजाळ्यावर स्थिर केलेल्या रेडिओ आणि स्वयंचलित घड्याळ्याच्या संदर्भात अचूक स्थानिक वेळेची खात्री देणारा आणि टी सी पी वर तयार केलेला जाळ्याचा वेळ नियमसंच.

NULL Encryption Algorithm - does nothing to transforn plain text data. It is a convenient way to represent the option of not applying encryption in ESP. ई एस पी मध्ये सांकेतिक भाषेचे उपयोजन न करण्याचा वैकल्पिक प्रतिनिधित्व करणारा एक सोयीस्कर मार्ग, साध्या मजकुराच्या माहिती-बदलासाठी हा काहीही करत नाही.

O

OAM (Operation, Administration and Maintenance) - ATM Forum specification for cells used to monitor virtual circuits. मुख्य आभासी सर्किटचे सेलसाठी असलेले एटीएम गटाचे वैशिष्ट्य.

Object - data in a statement which is to be operated by an operator कार्य करणाऱ्याकडून वापरली जाणारी विधानामधील माहिती.

Object code - binary code which directly operates a CPU, a programme code after it has been translated, complied or assembled. आज्ञावलीतील सांकेतिक भाषा भाषांतरित, जी संकलित किंवा एकत्रित केली जाते आणि मध्यवर्ती कार्यप्रणालीचे काम करते. ती द्विअंकी सांकेतिक भाषा.

Object linking and embedding - distributed object system / protocol from Microsoft. मायक्रोसॉफ्टने वितरित केलेली वस्तुनिष्ठ पद्धत / नियमसंच

Object oriented programming - a technique which speeds the development of software and makes it easier to maintain through the reuse of object वस्तूचा पुन्हा उपयोग करून विकसित व सोपी करणारी, गती वाढवणारी प्रणाली.

Object programme - computer programme in object code form produced by a compiler. संकलकाने वस्तुनिष्ठ सांकेतिक भाषेच्या स्वरूपात तयार केलेली संगणकीय आज्ञावली.

Occam - computer programming language used in large multiprocessor अनेक मोठ्या प्रक्रियांमध्ये वापरलेली संगणकीय आज्ञावली- भाषा.

OCLC (Online Computer Library Catalogue) - nonprofit organisation offering computer based services to libraries and educational organisations. ग्रंथालये, शैक्षणिक संस्था यांना ना नफा तत्त्वावर संगणकाधिष्ठित सेवा देणारी संस्था.

OCR (Optical Character Reader) - device which scans printed / written characters, recognizes them and converts them into machine readable form for processing in a computer. प्रक्रियेसाठी मुद्रित, लिखित

अक्षरे ओळखून त्यांचे यांत्रिक भाषेमध्ये रूपांतर करणारे साधन.

OCR (Optical Character Recognition) - Technology which scans a printed page, converts it into text document that helps edit in a word processor. या तंत्रज्ञानामुळे मुद्रित पानाचे बारकाईने निरीक्षण त्याचे मजकुरामध्ये रूपांतर व संकलन करता येते.

Octet - 8 bits. ८ बाइट्स काही संगणकाची रचना ८ बाइट्स एवढीही नसते.

ODA (Open Document Architecture) - ISO specifies how documents are represented and transmitted electronically. आंतरराष्ट्रीय प्रमाणक संस्थेने दस्तऐवज कसे सादर करावेत तसेच प्रक्षेपित करावेत यासंबंधी सांगितलेली प्रमाणके.

ODBC (Open Database Connectivity) - Standard application programming interface for accessing data relational or non relational database management systems. माहितीप्रवेशासाठी संबंधित किंवा असंबंधित आधारभूत माहितीसंचासाठी प्रमाणित वापरली जाणारी संपर्कआज्ञावली.

ODI (Open Data-link Interface) - a standardized interface for network interface card. जाळे संपर्कासाठी साधलेला प्रमाणित संपर्क.

Office automation - use of machines and computers to carry out normal office task. सर्वसाधारण कार्यालयांनी कामासाठी यंत्रे व संगणकाचा केलेला उपयोग, कार्यालयीन यांत्रिकीकरण.

Off line - 1) Terminal which is not connected to a network. संगणकीय जाळ्याला न जोडलेला संगणक, 2) Peripheral connected to a network but not available for use. वापराची सुविधा नसलेल्या पण संगणकाच्या जाळ्याशी जोडलेल्या इतर गोष्टी (साधने)

Offline - not currently connected to other computers or devices सांप्रत इतर संगणकांशी वा साधनांशी नसलेली जोडणी.

Offset - lithography - ink-based printing process शाई आधारित मुद्रणपद्धती.

OID (Object identifier) - Values are defined in specific MIB (Management Information Base) modules. विशेष मॅनेजमेंट इन्फर्मेशन बेसच्या घटकामध्ये मुल्यांची केलेली व्याख्या.

OIM (OSI Internet Management) - OSI network management protocols can be used to manage TCP / IP networks. ओ एस आय व्यवस्थापन-नियमसंचाचा टीसीपी/आय पी जाळ्यासाठी केलेला उपयोग.

Omega wrap - system of threading video tape around video head दृश्य साधनाभोवती फीत गुंडाळण्याची पद्धत.

Omission factor - number of relevant documents that are missed in a search शोधकार्यामध्ये अनेक संबंधित प्रलेख गहाळ होण्याचा टप्पा.

Ommi directional - device that can pick up signals from all directions. सर्व बाजूंनी येणारे संदेश टिपू शकणारे साधन.

OMR (Optical Mark Reader) - device that can recognize marks / lines on a special form and that inputs them into a computer. विशिष्ट स्वरूपातील खुणा व ओळी ओळखून त्या संगणकामध्ये समाविष्ट करणारे साधन.

On - board - feature / circuit on the motherboard. मदरबोर्डमध्ये समाविष्ट असलेल्या गोष्टी किंवा सर्किट्स.

On hook - State of a telephone unit indicating that it is not busy and can receive incoming calls. येणाऱ्या सर्व विचारणा घेऊ शकणारे, कामात व्यग्र नाही असे दर्शविणारे दूरध्वनीचे भाग.

On hook - receiver of telephone is not in use. वापरात नसलेला दूरध्वनीचा हँडसेट.

One address computer - computer structure whose machine code uses only one address at a time. एकावेळी एकच पत्ता वापरणारी यांत्रिक सांकेतिक भाषा असणारा संगणक.

One for one - programming language that produces one machine code instruction for each instruction / command in the language. भाषेतील प्रत्येक सूचना/आज्ञा याकरिता एकच यांत्रिक सांकेतिक भाषा देणारी आज्ञावली.

One way encryption - irreversible transformation of plain text to cipher text, such that the plain text cannot be recovered from the cipher text even if the cryptographic key is known. सांकेतिक भाषेची कळ जरी माहिती असली तरी सायफर टेक्स्टमधून प्लेन टेक्स्ट मूळ स्वरूपात मिळणे शक्य नसते. अशक्य असलेला प्लेन टेक्स्टचा सायफर टेक्स्टमधील बदल.

One way trust - single trust relationship exists between two domains. दोन मुख्य संगणकीय कार्यक्षेत्रामध्ये अस्तित्वात असलेली एकेरी वाहतूक.

Onion skin architecture - design of computer system in layers according to function. कार्याच्या प्रमाणे संगणकव्यवस्थेच्या स्तरावर केलेले आरेखन.

On line - terminal or device connected to and under the control of a central processor. मध्यवर्ती प्रक्रियेच्या नियंत्रणाखाली असलेले किंवा जोडलेले साधन / संगणक.

On-line information retrieval - system in which user of an on-line terminal is allowed to access, search and display data held in main computer. मुख्य संगणकात असलेल्या माहितीसाठी ऑन लाइन संगणकामार्फत उपयोक्ता त्या माहितीमध्ये प्रवेश करून, शोध घेऊन माहिती प्रदर्शित करू शकणारी व्यवस्था.

On-line processing - processing by devices connected to and under the control of central computer. मध्यवर्ती संगणकाच्या नियंत्रणाखाली असलेल्या आणि त्याला जोडलेल्या साधनामार्फत होणारी प्रक्रिया.

On-line storage - data storage equipment that is directly controlled by a computer. संगणकाकडून प्रत्यक्षात नियंत्रण केली जाणारी माहिती साठ्याची साधने.

On line system - computer system which allows users who are on-line to transmit and receive information. ऑन लाइनचा वापर करणाऱ्या उपयोक्त्यांना माहितीचे प्रक्षेपण करण्यासाठी व माहिती मिळविणे यांसाठी असलेली संगणकीय व्यवस्था.

On - line transaction processing - interactive processing in which a user enters commands and data on a terminal which is linked to a central computer with result being displayed on screen. उपयोक्त्याने संगणकाला दिलेल्या आज्ञा व माहिती मध्यवर्ती संगणकाशी जोडली जाऊन ती पडद्यावर दिसण्याची संप्रेषणाची प्रक्रिया.

Open access - a system in which many workstations are available for any one to use. कोणालाही वापरासाठी अनेक सुविधांनी युक्त कार्यस्थळे उपलब्ध असलेली पद्धती.

Open loop - control system whose input is free of feedback. संगणकामध्ये समाविष्ट केलेल्या माहितीचा मोफत प्रतिसाद मिळण्याची नियंत्रण पद्धती.

Open system - system which is constructed in such a way that different operating systems can work together. वेगवेगळ्या कार्यान्वित पद्धती एकत्र कार्य करू शकतील अशा तऱ्हेने तयार केलेली पद्धती.

Operator - a person who makes machine / process work. कार्यासाठी यंत्र / प्रक्रिया कार्यप्रवृत्त करणारी व्यक्ती.

Operating system - basic software that controls the running of the hardware and management of data files without user having to operate it. उपयोक्त्याशिवाय संस्करणविभाग आणि माहितीसंचिकांचे व्यवस्थापन यांच्यावर नियंत्रण ठेवणारी मूळ संगणकीय आज्ञावली.

Operating systems - a software system in use on a computer system. संगणकाच्या कामासाठी उपयुक्त असलेली कार्यप्रणाली.

Operation code - a part of a machine code instruction that defines an action to be performed. कार्याचे सादरीकरण, स्पष्टीकरण असलेला यांत्रिक सांकेतिक भाषेतील सूचनांचा एक भाग.

Optical character reader - device which scans printed / written characters, recognizes them and converts them into machine readable code for processing it is a computer. संगणकातील प्रक्रियेसाठी मुद्रित वा लिखित अक्षरे ओळखून त्यांचे रूपांतर यांत्रिक वाचनीय सांकेतिक शब्दामध्ये करणारे साधन.

Optical communication system - communication system using fibre optics. फायबर ऑप्टिक्सचा वापर करणारी संप्रेषणपद्धती.

Optical disc - any storage disc holding information in digital format which must be read using laser technology. लेसर तंत्रज्ञानाचा तबकडीवरील अंकीय स्वरूपातील संग्रहित माहिती वाचण्यासाठी केलेला वापर.

Optical fibre - fine strand of glass / plastic protected by a surrounding material that is used for the convenient transmission of light signals. विद्युत्संदेशाच्या सोईस्कर प्रक्षेपणासाठी वापरली जाणारी, संरक्षण देण्यासाठी त्यावर साहित्याचे आवरण असलेली काच किंवा प्लॅस्टिक.

Optical scanner - equipment that converts an image into electrical signals which can be stored in and displayed on a computer. प्रतिमांचे रूपांतर विद्युत् संदेशामध्ये करणारे आणि संगणकात संग्रह करणारे आणि संगणकावर प्रदर्शित करणारे साधन.

Optical storage - data storage using medium such as microfiche, optical disk etc. मायक्रोफिश, ऑप्टिकल तबकडीसारख्या माध्यमांचा वापर करणारा माहितीसाठा.

Optical storage - storage technology using high power laser beam to burn microscopic spots on a disk's surface coating. साठा करण्याच्या या तंत्रज्ञानामध्ये लेसर किरणांचा वापर तबकडीवरील छोटे बिंदू जाळण्यासाठी केला जातो. या बिंदूंच्या अस्तित्वातून माहिती मिळविली जाते.

Order code processor - this decodes and performs the arithmetic and logical operations according to the programme code. आज्ञावलीच्या सांकेतिक शब्दाप्रमाणे गणिती आणि तार्किक कार्य करण्यासाठी सांकेतिक शब्द बदलून सादर करणारा प्रक्रियाकार.

Ordered list - list of data items which has been stored into an order. एका विशिष्ट क्रमाने संग्रह केलेल्या माहितीची यादी.

OR function - logical function that produces a true output if either input is true. संगणकात समाविष्ट करणाऱ्या गोष्टी सत्य असल्या तर संस्करणही सत्य असणार असे निर्माण करणारे तार्किक कार्य

Organization - 1) way of arranging something so that it works efficiently. कोणतेही काम कार्यक्षमतेने होण्यासाठी काही गोष्टींची विशिष्ट पद्धतीने केलेली रचना. 2) Institution संस्था

OSF (Open Software Foundation) - group responsible for distributed computing environment and the distributed management environment संगणक आणि व्यवस्थापनवातावरण यांसाठी जबाबदार असलेले गट.

OSI - Open Systems Interconnection - standardized ISO network which is constructed in layered form with each layer having a specific task allowing different systems to communicate if they conform to the standard. स्तराधिष्ठित असलेले आणि प्रत्येक स्तराला विशिष्ट कार्य सुपूर्द केलेले इतर पद्धतींना प्रमाणित असल्यास संप्रेषण करण्यास सांगणारे आयएसओ प्रमाणित जाळे.

OSI (Open System Interconnection) - standard ISO network design which is constructed in layer form, with each layer having a specific task allowing different systems to communicate. संप्रेषणासाठी असलेले प्रत्येक स्तराला विशिष्ट कार्य सोपविलेले आंतरराष्ट्रीय प्रमाणित संस्थेच्या जाळ्याचे आरेखन.

OSI (Open System Interconnection) - international standardization programme created by ISO to develop standards for data networking माहितीजाळ्यासाठी आंतरराष्ट्रीय प्रमाणात संस्थेने तयार केलेली आंतरराष्ट्रीय प्रमाणक आज्ञावली

Outlet - connection / point in a circuit or network where signal / data can be accessed संदेश / माहिती जेथे प्रवेश करू शकेल असे जाळे किंवा सर्किट बिंदू किंवा जोडणी.

Out-of-band signaling - transmission using frequencies outside the frequencies used for information transfer. बाहेरील लहरींच्या माहितीच्या वाहतुकीसाठी लहरींचा उपयोग करून केलेले प्रक्षेपण

Out of range - out side the limits of a system पद्धतीच्या मर्यादेबाहेर

Output - 1) action of transferring the information / data from store to a user संग्रहातून उपयोक्त्यापर्यंत माहिती पोहोचविण्याची क्रिया. 2) Information / data that is transferred from a CPU or the main memory to another device such as monitor, printer मध्यवर्ती कार्यान्वित प्रणाली किंवा मुख्य स्मृतिमंजूषेतून दुसऱ्या साधनाकडे उदा. पडदा, मुद्रणयंत्र यांकडे माहिती पोहोचविण्याची क्रिया.

Output device - device which allows information to be displayed to the user. उपयोक्त्याला माहिती प्रदर्शित करण्यासाठी लागणारे साधन.

Overflow - in a network when the number of transmissions is greater than the line capacity thye are transferred by another route जाळ्यामध्ये मार्गाच्या (लाइन) क्षमतेपेक्षा जेव्हा प्रक्षेपणाची संख्या जास्त असते त्यावेळी दुसऱ्या मार्गावर केलेले बदली प्रक्षेपण.

Overlap - two things when one covers part of the other or two sections of data that are placed on top of each other. प्रत्येक दुसऱ्या माहितीच्या वर माहितीचे येणारे दोन भाग.

Overlap - mode where call control is waiting for possible additional call information from the preceding PINX, it receives acknowledgement that the subsequent PINX can receives additional call information. पीआयएन एक्स कडून पूर्वीच पाठविलेले अधिक माहितीच्या कॉलसाठी नियंत्रणाने वाट पाहणे नंतर पीआयएनएक्स कडून माहितीचे अधिक कॉल मिळाल्याची पोच पाठविणारी पद्धती.

P

PAC (Public Access Catalogue) - SDSU University Library's on line catalogue which lists books and journals subscribed to एस डी एस यू विद्यापीठाची ग्रंथांची आणि वर्गणी भरलेल्या मासिकांची ऑन लाइन तालिका.

Package - set of computer programmes and manuals that cover all aspects of a particular task. एका विशिष्ट कार्यातील सर्व गोष्टी समाविष्ट करणारा संगणकीय आज्ञावलींचा संच आणि पुस्तिका.

Packet - logical grouping of information rough containing information and data. Packets are used to refer to network layer units of data. माहिती, कच्ची माहिती समाविष्ट असलेले माहितीचे तार्किक गट म्हणजे संच जाळ्यातील माहितीच्या स्तरांचे घटक वापरण्यासाठी उपयोगी पडणारे संच.

Packet of disconnect - process that allows a PPP session to be verified and then terminated by the network access server जाळ्याच्या प्रवेश-साठ्याकडून पीपीपी बैठकीची खात्री करून ते काढून टाकण्याची परवानगी देणारी प्रक्रिया म्हणजे संचाचे तोडणे.

Packet switch - WAN device which routes packets along the most efficient path and allows a communication channel to be started by multiple connections. कार्यरत मार्गावरून संच फिरणे आणि संप्रेषणाच्या वाहिनीला अनेकविध जोडणींपासून सुरवात करण्यास परवानगी देणारे बृहत् क्षेत्रीय जाळ्याचे साधन.

Page - self - contained block of information containing pictures, sounds animations, videos that can be accessed by user through उपभोक्त्याला www. document उपयोक्त्यालाचित्रे, आवाज चलत्‌चित्रे, दृक्‌श्राव्य समाविष्ट असलेल्या स्वतंत्र माहितीच्या ब्लॉकमध्ये प्रवेश मिळवून देणारे पृष्ठ.

Paging file - used as a computer's virtual memory. संगणकाची आभासी स्मृतिमंजूषा म्हणून वापरली जाणारी पृष्ठांची संचिका.

Paging system - system of dividing computer backing storage into sections to allow long programmes to be executed in a small main memory. मोठी आज्ञावली लहान मुख्य स्मृतिमंजूषेमध्ये कार्यरत होण्यासाठी परवानगी देणारी संगणकाचा मागील साठा भागामध्ये विभाजित करणारी व्यवस्था.

Paint - the oldest and limited Macintosh graphic format containing only black and white bit maps. केवळ काळे आणि पांढरे बिट मॅप्स समाविष्ट असलेली, अतिप्राचीन आणि मर्यादित मॅकिनटॉश आकृतीची रूपरेषा.

PAP (Password Authentication Protocol) - it allows PPP peer to authenticate one another. पी पी पी जोडी मधील एक दुसऱ्याचा खरेपणा शाबीत करणारा नियमसंच.

Parabolic antenna - Dish like antenna which sends RE waves in highly focused manner. रेडिओ लहरींची वारंवारता उच्च केंद्रित तऱ्हेने पाठविणारा तबकडीसारखा अँटेना.

Parallel cable - Used to connect peripheral devices through a computer parallel port. It is made up of 25 wires which can transmit information simultaneously. संगणकाच्या समांतर पोर्टद्वारे परिघाबाहेरील साधने जोडण्यासाठी उपयोगी पडणारी समांतर वाहिनी. ही २५ तारांची बनलेली व माहितीचे एकाच वेळी प्रक्षेपण करणारी आहे.

Parallel data transmission - method of data transmission in which bits of a data character are transmitted simultaneously over a number of channels. माहितीच्या अक्षराचे बिट्स एकाच वेळी अनेक वाहिनींवरून प्रक्षेपित होणारी माहितीप्रक्षेपणाची पद्धत.

Parallelism - it indicates multiple paths that exist between two points in a network. जाळ्याच्या दोन बिंदूंमध्ये अनेक मार्ग उपलब्ध आहेत हे दाखविणारे समांतरत्व.

Parameter - a word, number or sysmbol that is typed after a command to specify how the command should function. आज्ञा दिल्यानंतर शब्द, क्रमांक किंवा खूण टंकलिखित होतात. त्यावेळी आज्ञा कशी कार्यरत होते हे विशेष निर्देश करून सांगितले जाणे.

Parent - a process, frame / class or window that has spawned derivative frames / windows, processes अनेक आकार / विन्डो / प्रक्रिया यांजपासून निर्माण झालेली प्रक्रिया / आकार / विन्डो.

Parent peer group - a peer group in ATM that acts as a parent to a subordinate peer group. एटीएममधील पीअर जोड गट जो कमी महत्त्वाच्या पीअर गटाचे पालकत्व करतो.

Parity - a check bit used to make the sum of the bits in a unit of data either even or odd. parity is used to check a unit of data for errors during transmission over all types of media माहितीघटकातील बिट्स समान किंवा असमान करण्यासाठी तपासणी करणारे बिट वापरले जाते. सर्व प्रकारच्या माध्यमांतून प्रक्षेपणाच्या वेळी माहितीघटकाची चुकासाठी तपासणी करण्यासाठी याचा वापर करणारी समानता.

Parsing - process by which programming data input is broken into smaller, more distinct chunks of information that can be more easily interpreted and acted upon. आज्ञावलीसमाविष्ट माहितीचे लहान लहान जाड तुकड्यांमध्ये विभाजन केल्यामुळे माहितीचे सोप्या रीतीने स्पष्टीकरण करणारी आणि त्यावर कार्य करणारी प्रक्रिया.

Partial mesh - network in which devices are organized in a mesh topology with some network organized in a full mesh but others that are connected only to one or two other nodes in the network. मेशच्या भौगोलिक क्षेत्रामध्ये संपूर्ण मेश पद्धतीने काही जाळ्यांची व्यवस्था केलेली असते. पण जाळ्यांतील एक किंवा दोन इतर बिंदूंना ती साधने जोडलेली असणारे जाळे.

Partition - a portion of a hard disk that can be formatted with a file system संचिकेच्या व्यवस्थेशी विशेष स्वरूपात व्यवस्था करणारा हार्ड डिस्कचा भाग.

PASCAL - high-level structured programming language used both for micro and teaching programming अध्यापनआज्ञावली आणि मायक्रो (सूक्ष्म) आज्ञावलीसाठी वापरली जाणारी उच्चस्तरीय रचना असलेली आज्ञावलीची भाषा.

Password - word which identifies a user so that he can access a system व्यवस्थेमध्ये प्रवेश करण्यासाठी उपभोक्त्याच्या ओळखीसाठी आवश्यक असलेला संकेतशब्द.

Password uniqueness - specifies how many different passwords a user must use before a previous password can be reused. पूर्वीचा संकेत शब्द वापरण्यापूर्वी उपयोक्ता आणखी किती संकेत शब्द वापरू शकतो याचे स्पष्टीकरण करणारे संकेतशब्दाचे असामान्यत्व

Path - a route used in finding, retrieving and storing files on a disk. तबकडीवरील शोध, प्रतिप्राप्ती आणि साठा संचिका यांसाठी उपयोगी पडणारा मार्ग.

Path control layer - layer 4 in the SNA architectural model. This layer performs sequencing services related to proper data reassembly. एसएनए आरेखित मॉडेलमधील ३ रा स्तर. हा स्तर योग्य माहिती पुन्हा एकत्रित करण्यासंबंधी सुविधा सादर करतो.

Path loss - power loss that occurs when RF waves are transmitted through the air. जेव्हा रेडिओ फ्रिक्वेन्सी लाटा हवेतून प्रक्षेपित होतात तेव्हा त्या लाटांचे सामर्थ्य कमी होते.

Path validation - process of validating all the digital certificates in a certification path. दखलपात्र मार्गावरील सर्व अंकीय दाखले बंधनकारक करणारी प्रक्रिया.

PC - personal computer, low cost microcomputer intended mainly for home and light business use. मुख्यतः घर आणि लहान उद्योगधंद्यामध्ये वापरला जाणारा कमी किंमतीचा लहान संगणक.

PCU (Peripheral Control Unit) - device that converts input and output signals and instructions to a form that a peripheral device will understand समावेशित आणि संस्करण विभागाच्या सांकेतिक खुणा आणि सूचना रूपांतरित करणारे परिघाबाहेरीलही साधने समजू शकतील असे स्वरूप देणारे साधन.

PDN (Public Data Network) - Network operated either by a government or by a private concern to provide computer communications to the public usually for a fee सार्वजनिक माहिती जाळे सार्वजनिक उपयोगासाठी वर्गणी घेऊन संगणकीय संप्रेषण पुरविणारे, खासगी किंवा सरकारतर्फे कार्यरत केलेले जाळे.

Peer group - collection of ATM nodes that shares identical topological databases and exchange full link state information with each other. भौगोलिक आधारभूत माहिती सामग्रीची नमुनेदार वाटणी करणारा आणि माहितीची संपूर्ण दुव्यामार्फत अदलाबदल करणारा एटीएम बिंदूंचा संग्रह.

Peer-to-Peer Computing - calls for each network device to run both client and server portions of an application प्रत्येक जाळ्याच्या साधन दोहोसाठी म्हणजे ग्राहक आणि साठा यांच्या उपयोगासाठी प्रत्येक जाळ्याच्या साधनामधून पळणारे अनेक कॉल.

PEM (Privacy Enhanced Mail) - Inter e-mail provides confidentiality authentication and message integrity using various encryption methods. अनेक सांकेतिक लिपींच्या पद्धतीचा उपयोग करून संदेशाची विश्वसनीय अधिकृतता

आणि अखंडत्व देणारी ई-मेल (संगणकीय संदेशवहन पद्धती)

Performance Management - one of five categories of network management defined by ISO for management of OSI networks. ओएसआय जाळ्याच्या व्यवस्थापनासाठी आयएसओ कडून स्पष्ट होणारा जाळ्याच्या व्यवस्थापनाच्या पाच प्रकारांपैकी एक प्रकार

Peripheral - a piece of hardware that is located outside the main computer मुख्य संगणकाच्या बाहेर असलेले हार्डवेअरचे भाग.

Peripheral Component Interface - a computer bus architecture standard that is used widely. सर्वत्र वापरले जाणारे संगणकाच्या बस आरेखनाचे प्रमाणक

Peripheral node - a node that uses local addresses and is not affected by changes to network addresses. जाळ्याच्या पत्त्यांमध्ये बदल झाले तरी त्या बदलाचा परिणाम न होणारा आणि स्थानिक पत्त्यांचा उपयोग करणारा बिंदू.

Permanent calls - private line calls used for fixed point-to-point calls for connections between PBXS. पीबीएक्स मधील जोडणीसाठी स्थिर बिंदूपासून ते बिंदूपर्यंत उपयोगी पडणारे खासगी लाइनवरील कॉल.

Personal computer memory card international association - standard used for credit card size computer pheripherals. क्रेडिट कार्डाच्या आकाराच्या संगणकाच्या परिघासाठी वापरलेली आणि आंतरराष्ट्रीय प्रमाणके असलेली वैयक्तिक संगणकाची स्मृतिमंजूषा.

PFS (Perfect Forward Secrecy) - cryptographic charateristic associated with a derived shared secret value. गुप्ततेच्या मूल्याशी वाटणी करणारी, गुप्त लिपीची वैशिष्ट्ये.

PG (Peripheral Gateway) - computer and process within ICM system which communicates directly with the ACD, PBX or VRU at the call centre कॉलसेंटर मध्ये एसीडी, पीबीएक्स किंवा व्हीआरयू यांच्याशी प्रत्यक्ष दळणवळण ठेवणारी आयसीएस व्यवस्थेमधील संगणक आणि प्रक्रिया.

PGL (Peer Group Leader) - a node in a peer group which performs functions of the LGM एलजीएम चे कार्य सादर करणारा मुख्य गटातील बिंदू.

PGM (Pragmatic General Multicast) - Reliable multicast transport protocol for multicast applications which requires reliable, ordered duplicate free multicast data delivery. विश्वसनीय, अनेकविध माहितीचे नियमाप्रमाणे वितरण करणारा अनेकविध कार्यांसाठी उपयोगी असलेला विश्वसनीय अनेकविध वहन नियमसंच

Phase shift - situation in which the relative position in time between the clock and data signals of a transmission becomes unsynchronized. वेळ आणि माहिती यांमधील संबंधित स्थिती आणि माहितीच्या संदेशाचे प्रक्षेपण एकाच वेळी घडून न येणारी परिस्थिती

Physical layer - a first layer of the OSI model. Its function is the transmission of bits over the network media ओएसआय मॉडेलचा पहिला स्तर. जाळ्याच्या माध्यमाद्वारे बिटचे प्रक्षेपण करण्याचे कार्य करणारा

PICTS - standard Macintosh graphic file format for animations. चलत्‌चित्रासाठी असलेली मॅकिनटॉशची प्रमाणित आकृतींच्या संचिकांची रूपरेषा.

Piggyback attack - form of active wire tapping in which the attacker gains access to a system via intervals of inactivity in another user's legitimate communication connection. दुसऱ्या उपयोक्त्याच्या सनदशीर संप्रेषण-जोडणीमध्ये निष्क्रियतेच्या मधल्या काळात व्यवस्थेमध्ये हल्लेखोराने प्रवेश केल्यामुळे येणारे कृतिशील वायरमधील माहिती स्वरूप.

PIM (Protocol Independent Multicast) - multicast routing architecture that allows the addition of IP multicast routing on existing IP networks. अनेकविध भ्रमणाचे आरेखन अस्तित्वात असलेल्या अनेक महाजाळ्याच्या नियमसंचाला अनेक जागृतीचे भ्रमणमार्ग देणारे आरेखन करणारा स्वतंत्र नियमसंच.

Ping - an internet utility used to check the connection with another site. दुसऱ्या स्थळाबरोबरच्या जोडणीची परीक्षा करणारी महाजाळ्याची उपयुक्तता.

Piracy - copying of patented inventions / copyright works. बौद्धिक संपदा हक्कांची/हक्क घेतलेल्या शोधांची अनधिकृत प्रत काढणे.

Pixel - picture element digital images are composed of touching pixels each having a specific colour and tone. चित्राचा घटक प्रत्येकाला विशिष्ट रंग व आवाज असलेले, रचनेशी संबंधित असलेले प्रकाशांच्या कार्यक्षेत्रांच्या अंकीय प्रतिमा.

Pixel skipping - a device of reducing image resolution by simply deleting pixels through the image. प्रतिमेतील प्रकाशाचे छोटे कार्यक्षेत्र वगळून प्रतिमेचा ठराव कमी करणारे साधन / एक विषयावरून दुसऱ्या विषयावर घसरणारे साधन

PKUNZIP - a software decompression utility for the PC. वैयक्तिक संगणकाच्या उपयोगासाठी विरळ असलेली आज्ञावली.

PLAR (Private Line Automatic Ringdown) - Leased voice circuit that connects two single endpoints together. दोन एकेरी शेवटचे बिंदू जोडणारे भाडेतत्त्वावरील आवाजाचे सर्कीट.

PLMN - (Public Land Mobile Network) - all mobile wireless networks that use earthbased stations rather than satellites. उपग्रहाऐवजी पृथ्वीवरील स्थाने वापरणारी सर्व फिरती ताराविरहित जाळी

Plug and play - a hardware device to be automatically recognized and configured by the operating system without using intervention. कोणत्याही मध्यस्थीविना कार्यान्वित पद्धतीकडून अंतर्गत भागातील स्थान आणि स्वयंचलित साधने ओळखणारे हार्डवेअर

Plug-in - a piece of software that adds features to a larger piece of software आज्ञावलीच्या मोठ्या तुकड्याला जोडणारा आज्ञावलीचा तुकडा.

PM (Performance Monitoring) - provides a variety of automatic functions to aid maintenance and operation of the network जाळ्याच्या कार्यासाठी आणि स्वयंचलित कार्याच्या अनेक प्रकारांचा पाठपुरावा करण्यासाठी मदत करणारी सादरीकरणातील शिस्त.

PNNI (Private Network - Network Interface) - ATM forum specification for distributing topology information between switches and dusters of switches that is used to compute paths through the network. जाळ्यामार्फत मार्गांची मोजदाद करण्यासाठी वापरले जाणारे स्विच आणि स्विचच्या समूहामध्ये माहितीच्या कार्यक्षेत्राचे विभाजन करणारा अेटीएम गट.

Point-to-point connection - one of two fundamental connection types. दोहोंपैकी एक मूलभूत जोडणीप्रकार.

Point-to-point multilink protocol - an extension of point-to-point protocol. बिंदूपासून बिंदूपर्यंत विस्तार असलेला नियमसंच.

Point-to-point protocol - a newer connection protocol that was designed to overcome limitations of serial line internet protocol सिरियल लाइन इंटरनेट नियमसंचाच्या मर्यादांच्या पलीकडे आरेखित केलेला नवीन जोडणीचा नियमसंच.

Point-to-point tunneling protocol - allows a virtual private encrypted connection between two computers over an existing TCP / IP network connection. अस्तित्वात असलेल्या टीसीपी / आय पी जोडणीतील दोन संगणकांमधील खासगी आभासी सांकेतिक लिपीतील जोडणीला परवानगी देणारा नियमसंच

Policy - any defined rule that determines the use of resources within the network जाळ्यातील साधनांचा वापर करणाऱ्या नियमांचे निश्चित स्पष्टीकरण करणारे धोरण.

Policy enforcement point - device on which policy decisions are carred out धोरणात्मक निर्णय पुढे चालविणारे साधन

Policy routing - this scheme that forwards packets to specific interfaces based on user configured policies. उपभोक्त्याच्या संगणकाच्या निरनिराळ्या भागांच्या धोरणांवर आधारित असलेल्या विशिष्ट संपर्काकडे संच पुढे पाठविण्याची योजना.

Polling system - a physical network management system in which master device checks secondary devices on the network to see if they need to transmit and allots them transmission accordingly. जाळ्यातील मुख्य साधनाद्वारे दुय्यम साधनांची तपासणी करून त्या साधनांना प्रक्षेपणाची गरज भासली तर प्रक्षेपण निश्चित करून देणारी प्राकृतिक जाळ्याची व्यवस्था.

POP - instruction to a computer to read and remove the last of data from a stack. स्टॅक (ढीग) मधून माहितीचा शेवटचा तुकडा वाचून बदलून टाकण्याची संगणकाला दिलेली सूचना.

Port - 1) Interface on an internalworking device - आंतरजाळ्यातील साधनाचा संपर्क 2) In IP terminology an upper - layer process that receives information from lower level. Ports are numbered and each port is associated with a specific process. निम्न स्तराकडून उच्च स्तराच्या प्रक्रियेला मिळालेली माहिती असे महाजाळ्याच्या नियम संचाच्या पारिभाषिक शब्दात म्हणता येईल. पोर्टना क्रमांक असून प्रत्येक पोर्ट एका विशिष्ट प्रक्रियेमध्ये सहभागी असतो.

Port address translation - a method that allows the user to conserve addresses in the global address pool by allowing source ports in TCP connections. टीसीपी जोडणीमधील साधन पोर्टना परवानगी देऊन वैश्विक पत्त्यांना पुलामध्ये संरक्षण देण्याची उपभोक्त्याला दिलेली परवानगीची पद्धत.

Portable operating system interface for computing environments - developed as a set of accepted standards for writing applications for use on various UNIX computers. अनेक युनिक्स संगणकाच्या वापरासाठी प्रमाणकांचा विकसित केलेला संच.

Portal - a marketing term describing a web site वेब स्थळाचे वर्णन करणारा विक्रीच्या शास्त्रातील एक शब्द.

Post office protocol - used by e-mail clients to retrieve messages from a mail server. ई-मेल ग्राहकाकडून मेल (पोस्ट) साठ्यातून संदेशाची पुनर्प्राप्ती करण्यासाठी वापरण्यात येणारा नियमसंच.

Postscript - a file format and language device developed by Adobe used by postscript compatible devices. ॲडोब (Adobe) ने विकसित केलेली संचिकेची रूपरेषा आणि भाषेतील नवीन माहितीची साधने.

Potential browser - a computer does not currently maintain or distribute a browser list but capable to do so. शोधकांची यादी अद्ययावत करू शकण्याची, वितरित करू शकण्याची क्षमता असलेला परंतु ते न करणारा संगणकाचा शोधक.

POTS dial peer (Plain Old Telephone Systems) - connected via traditional telephony network. परंपरागत दूरध्वनीच्या जाळ्याद्वारे जोडलेली पीओटीएस डायल जोडी.

POTS splitter - a device that enables both the DSL data device and the standard analog device to share the some ADSL line. ओडीएसएल लाइनची प्रमाणित साधर्म्य साधन आणि डीएसएल माहिती साधन यांमध्ये वाटणी करणारे साधन.

Power-on servicing - feature that allows faulty components to be diagnosed, removed and replaced while the rest of the device continues to operate normally. चुकीच्या भागांची तपासणी करणे, ते भाग काढून नवीन बसविणे हे चालू असताना इतर साधनांची सर्वसामान्य कार्ये चालू राहणारे वैशिष्ट्य.

Precedence order - determines which value of an option is applied to a cable modem. वाहिनीच्या मोडेमच्या उपयोगासाठी कोणती वैकल्पिक गोष्ट द्यावयाची याचा विचार करणारा क्रम.

Precloning - a specified number of virtual access interface from a virtual template at system startup / when the command is configured. व्यवस्था सुरू केल्यानंतर विशिष्ट तऱ्हेने आज्ञा दिल्यावर आभासी नमुना संपर्क निर्माण करणारा आभासी प्रवेशाचा विशिष्ट क्रमांक.

Preemptive multitasking - operating system allocates processor time between applications. कार्यामधील / उपयोगामधील प्रक्रियाकाराला कार्यान्वित पद्धतीने नेमून दिलेली वेळ.

Preview - to display text or graphics on a screen as it will appear when it is printed out. मुद्रणप्रतीप्रमाणे दिसणारे मजकूर किंवा आकृत्यांचे पडद्यावरील प्रदर्शन.

PRI (Primary Rate Interface) - ISDN interface to primary rate access. Primary rate access consists of a single 64 kbps D channel plus 23 (T1) or 30 (E1) B channels for voice data. आयएसडीएनच्या संपर्काच्या

प्राथमिक प्रवेशाची गणना ६४ केबीपीएस डी वाहिनी अधिक २३ (टी १) किंवा माहितीच्या आवाजासाठी ३० (इ १) वाहिनी बी अशी केलेली असते.

Primary partition - a disk partition that can be configured as the active participation. निरनिराळ्या भागांचे सक्रिय सहभाग असणारे तबकडीचे विभाजन

Primary station - a station that controls the transmission activity of secondary station and performs other management functions as error control चूक नियंत्रण करण्याप्रमाणे व्यवस्थापनाची कार्ये सादर करणारे आणि दुय्यम स्थानाच्या प्रक्षेपणाचे कार्य नियंत्रण करणारे स्थान.

Print device - a physical device that produces printed output मुद्रित संस्करण देणारे नैसर्गिक साधन.

Print monitor - a software component that runs in kernel mode. बिंदू-अंतर्गत चालू करणारे आज्ञावलीचे घटक मुद्रण नियंत्रक

Print queue - a list of print jobs for a specific printer that are waiting to be sent to a print device विशेष मुद्रणयंत्रासाठी मुद्रण साधनाकडे जाण्याची वाट पाहणारी मुद्रणाच्या कामाची यादी.

Print server - a software programme on a computer which manages print jobs and print devices. मुद्रण कामे आणि मुद्रण साधने यांची व्यवस्था करणारी संगणकातील आज्ञावली.

Print services - allows printers located over network media to print जाळ्याच्या माध्यमातील मुद्रणयंत्राला मुद्रण करण्याची परवानगी देणाऱ्या मुद्रण सेवा.

Printer - device that converts input data in an electrical form into a printed readable form. समावेशित माहिती इलेक्ट्रिकल स्वरूपात आणि तीच माहिती मुद्रित वाचण्यायोग्य स्वरूपात रूपांतरित करणारे साधन.

Printer pool - the multiple ports assigned to the printer मुद्रणयंत्राला दिलेले अनेकविध पोर्ट.

Print out - printed copy of information from a computer. संगणकातील माहितीची मुद्रित प्रत.

Private cable modem - each subscriber / account pair is associated with a single cable modem, which connects one or more CPES, also associated with the subscriber / account एक किंवा अनेक सीपीईच्या सुविधांशी सभासद / खाते यांची जोडणी असलेले, एकेरी वाहिनीच्या मोडेमशी जोडलेले प्रत्येक सभासद / खाते यांची जोडी. खासगी वाहिनीचा मोडेम.

Privileged process - authorized to perform some security relevant functions that ordinary processe do not सामान्य प्रक्रिया देणार नाहीत अशी कार्याशी संबंधित काही अधिकृत सुरक्षिततेची सुविधा देणारी प्रक्रिया

Probe - an intrusive analysis technique that uses the information obtained during scanning to fully interrogate each network device. माहिती निरखून पाहताना जी माहिती मिळवली जाते त्या माहितीची प्रत्येक जाळ्याच्या साधनाकडून कसून तपासणी करण्यासाठी वापरले जाणारे अनाहूत पृथक्करणाचे साधन, शोध घेण्याचे साधन.

Procedure - in information systems, a specific sequence of steps performed to complete one or more processing activities एक किंवा अनेक कार्यांची प्रक्रिया पूर्ण करण्यासाठी माहितीव्यवस्थेमधील एक विशेष पायऱ्यांच्या क्रमाचे सादरीकरण.

Processing - sorting of information using a computer to solve a problem or to organize data प्रश्नांच्या उकलीसाठी किंवा माहितीची रचना करण्यासाठी संगणकाच्या सहाय्याने माहितीचे केलेले वैशिष्ट्यपूर्ण विभाजन

Programme - complete set of instructions which directs a computer to carry out a particular task संगणकाने प्रत्यक्ष विशेष काम करावे यासाठी असलेला सूचनांचा संपूर्ण संच.

Programming - writing programmes for computers संगणकासाठी लिहिलेल्या आज्ञावली.

PROLOG (Programming in Logic) - High-level programning language using logical operations for artificial intelligence and data retrieval applications. कृत्रिम बुद्धिमत्ता आणि माहितीच्या पुर्नप्राप्तीच्या उपयोगासाठी तार्किक कार्याचा वापर करणारी उच्चस्तरीय आज्ञावलीची भाषा

PROM (Programmable Read - Only Memory) - ROM which can be programmed using special equipment. विशेष साधनांच्या उपयोग-आज्ञावलीसाठी करणारी रॉम स्मृतिमंजूषा

Propagation delay - time required for data to travel over a network from its source to its ultimate destination. जाळ्यामध्ये प्रवास करण्यासाठी साधनाकडून जाळ्याच्या शेवटच्या स्थळाकडे प्रवास करण्यासाठी माहितीला लागणारा वेळ

Properties - information about an object including settings / options for the object त्या गोष्टीसंबंधी वैकल्पिक गोष्टी / रचना यांची समाविष्ट माहिती असलेली गोष्ट

Proprietary - information owned by an individual / organization the use of which is restricted by that entity. वैयक्तिक किंवा संस्थेच्या मालकीची माहिती, जी केवळ त्यांच्यापुरती मर्यादित आहे.

Protected checksum - computed for data object by means that protects against active attacks that would attempt to change the checksum to make it match changes made to the data object तपासणीच्या पद्धतीवस्थाकृतिशील हल्ल्याविरुद्ध संरक्षण देणारे, तपासणीच्या पद्धतीमध्ये बदलाचा प्रयत्न करणारे आणि माहितीच्या बदलाच्या गोष्टीशी जुळणारे बदल करणारे माहितीतील गोष्टीचे साधन.

Protected distribution system - wireline / fiber optic system that includes sufficient safeguards to permit its use for unencrypted transmission of data. सांकेतिक लिपीतील माहिती प्रक्षेपित करण्यास उपयोगी पडणारी आणि पुरेसे संरक्षण देणाऱ्या गोष्टी समाविष्ट असणारी तारांची ओळ / फायबर ऑप्टिक व्यवस्था.

Protocol - formal description of set rules and conventions that governs devices on a network exchange information. जाळ्यामध्ये साधने माहितीची कशी अदलाबदल करतात यासंबंधात व्यवस्था करणारा नियमांच्या संचाचे आणि कराराचे औपचारिक वर्णन करणारा नियमसंच.

Protocol converter - enables equipment with different data formats to communicate by translating the data transmission code of one device to the data transmission code of another device. वेगवेगळ्या माहितीची रूपरेषा संप्रेषण करण्यासाठी एका साधनाच्या सांकेतिक लिपीतील माहितीचे भाषांतर करून प्रक्षेपण करण्यासाठी दुसऱ्या साधनाच्या माहितीच्या संप्रेषणातील सांकेतिक लिपीमध्ये रूपांतरित करणारा नियमसंच.

Protocol stack - set of related communications protocols which operates together and addresses communication at some / all of the seven layers of the OSI reference model ओएसआय संदर्भ मॉडेल मधील सर्व ७ स्तर / एकाच वेळी संप्रेषणाचे पत्ते आणि संप्रेषणाचे संबंधित नियमसंच कार्यरत करणारा संच.

Protocol suite - complementary collection of communication protocols used in a computer network. संगणकीय जाळ्यामध्ये वापरला जाणारा संप्रेषण-नियमसंचाचा पूरक संग्रह.

Protocol translator - network device / software that converts one protocol into another similar protocol. एका नियमसंचाचे त्याच्यासारख्या

दुसऱ्या नियमसंचात रूपांतर करणारी आज्ञावली / साधन.

Provider edge router - a part of service provider's network connected to a customer edge router. ग्राहकाच्या मार्गाच्या टोकाला जोडलेला आणि सुविधा मिळवून देणाऱ्या जाळ्याचा एक भाग.

Provisioning - creation of an active subscriber account क्रियाशील सभासदाच्या खात्याची निर्मिती.

Proxy - entity in the interest of efficiency standing in for another entity. दुसऱ्या गोष्टीसाठी दिलेला प्रतिनिधित्वाचा अधिकार

Proxy ARP (Address Resolution Protocol) - a technique in which a machine, usually a gateway, answers ARP requests for another machine एक यंत्राने दुसऱ्या यंत्रासाठी ओआरपीच्या प्रश्नांना उत्तरे देण्यासाठी महाद्वाराचे वापरलेले तंत्र.

Proxy server - intermediary programme which acts as both a server and a client for the purpose of making requests on behalf of other clients. इतर ग्राहकांची विनंती पूर्ण करण्याच्या हेतूसाठी ग्राहक आणि साठा या दोन्ही तऱ्हेने काम करणारी दोघांमधील आज्ञावली.

PTSE (PNNI Topology State Element) - collection of PNNI information that is flooded among all logical nodes within a peer group. समान गटातील सर्व तार्किक बिंदूंमध्ये भरून वाहणाऱ्या पीएनएनआय माहितीचा संग्रह

Public domain - software that has no copyright or fee, which means user can copy, use and even alter and sell it. उपयोक्ता ज्या आज्ञावलीची प्रत काढू शकतो, तिचा वापर करू शकतो, तिच्यामध्ये फेरफार करू शकतो, तिची विक्री करू शकतो अशी हक्क नसणारी त्याचप्रमाणे मूल्य /फी नसणारी आज्ञावली, पब्लिक कार्यक्षेत्र.

Pulse - short rush of electricity, short period of a voltage level. थोडा काळ होल्टेज लेव्हल कमी झाल्यामुळे धडधडणारा विद्युत्प्रवाह.

PVC (Permanent Virtual Circuit) - virtual circuit that is permanently established. कायमस्वरूपी स्थापन झालेले आभासी सर्किट.

PVP tunneling - permanent virtual path tunneling method of linking two private ATM networks across a public network using a virtual path. सार्वजनिक जाळ्यापलीकडील दोन खासगी अेटीएम जाळे जोडण्यासाठी आभासी मार्गाचा उपयोग करणारी व्यवस्था, कायमस्वरूपी आभासी मार्गाचा बोगदा.

Q

QAM (Quadrature Amplitude Modulation) - method for encoding digital data in an analog signal in which combination of phase and amplitude represents one of sixteen four bit patterns. अंकीय माहिती मजकुराच्या संदेशामध्ये रूपांतरित होण्याची पद्धत यामध्ये फेज आणि संदेशाच्या शक्तीचे चार बिटचे (१६) एकत्रीकरण असते.

QoS (Quality of Service) - parameters that control the amount of traffic the source in an ATM network sends over an SVC

QL (Query Language) - language in which database management system that allows database to be searched and queried easily आधारभूत माहितीसंचाच्या व्यवस्थापनाची पद्धती ज्या भाषेमध्ये आहे ती भाषा आधारभूत माहितीसंचाचा शोध घेण्यासाठी आणि प्रश्नासाठी वापरली जाते.

QPSK (Quaternary Phase Shift Keying) - digital frequency modulation technique for sending data over coaxial cable networks. कोॲक्सिअल वाहिनी जाळ्यामध्ये माहिती पाठविण्याचे अंकीय वारंवारता तंत्र.

Quad - four times चार वेळा.

Quadding - insertion of spaces into text to fill out a line ओळ पूर्ण करण्यासाठी मजकुरातील जागा भरून काढण्यासाठी घातलेली भर.

Quadruplex - four signals are combined into a single one एकाच संदेशामध्ये चार संदेश एकत्र येणे.

Quality factor - a multiplication factor applied to output screen ruling to calculate scanning resolution for optimum output quality. संगणकाचा पडदा अनेकविध गोष्टींचा उपयोग प्रत्येक घटकक्षेत्रामध्ये असलेल्या अनेक घटकांची परीक्षा जास्तीत जास्त संस्करण चांगल्या प्रकारे होण्यासाठी करतो.

Quantifier - symbol of sign which indicates the quantity. प्रमाण दाखविण्याची खूण किंवा चिन्ह

Quantify - to show the effect of something in figures. कोणत्याही गोष्टीचा परिणाम संख्येने दाखविणे.

Quantize - to convert an analog signal into a numerical representation. भाषेतील संदेशाचे अंकीय स्वरूपातील सादरीकरण.

Quartet signaling - signaling technique used in any LAN network. कोणत्याही स्थानिक क्षेत्रीय जाळ्यामध्ये वापरलेले संदेशाचे तंत्र

Query - web client requests specific infromation from a web server जाळ्याच्या ग्राहकाने जाळ्याच्या साठ्याकडे केलेली विशिष्ट माहितीची मागणी.

Queue - in routing a backlog of packets waiting to be forwarded over a router interface - वाटेवरील साठलेल्या पॅकेट्सनी पुढे जाण्यासाठी एक संगणक-पद्धती संपण्याची वाट पाहणे. list of data or tasks that are waiting to be processed प्रक्रिया होण्याची वाट पाहणारी माहितीची किंवा कामाची यादी.

Queuing delay - time that data must wait before it can be transmitted into a statistically multiplexed physical circuit नैसर्गिक सर्किटवर सांख्यिकीय दृष्टीने अनेक संदेश प्रक्षेपित होत असताना माहितीला वाट पहाण्यासाठी द्यावा लागणारा वेळ.

Queuing theory - principles governing the formation or lack of formation of congestion on a network आरेखनासाठी नियंत्रण करणारी तत्त्वे किंवा जाळ्यातील आरेखनाच्या जास्त क्षमतेच्या मागणीची उणीव.

Quick Time - a digital video standard developed by Apple computer ॲपल कॉम्प्युटर कंपनीने विकसित केलेले अंकीय दृश्य प्रमाण

QWERTY - refers to the key scheme for standard English language keyboard प्रमाणित इंग्लिश भाषेच्या कळ योजना.

R

Race - error condition in a digital circuit in which output of circuit is very dependent on the exact timing between the input signals. योग्य वेळ आणि समाविष्ट संदेश यांच्यावर सर्किटचे बरेच संस्करण अवलंबून असणारी अंकीय सर्किटमधील चुकीची परिस्थिती.

Race condition ranging - the process of acquiring the correct timing offset such that the transmissions of a cable modem are aligned with the correct mini-slot boundary. वाहिनीच्या मोडेमवरून होणाऱ्या प्रक्षेपणाची सरळ रांगेत मांडणी करून सीमेतील लहानफट दुरुस्त करून अचूक वेळ मिळविण्याची पद्धत.

Radial transfer - data transfer between two peripherals / programmes that are on different layers of a structured system. व्यवस्थित पद्धतीच्या वेगवेगळ्या स्तरांवर दोन परिस्थिती / आज्ञावली यांच्यामध्ये होणारे माहितीचे वाहन

RADIUS (Remote Authentication Dial in user Service) - a practice of storing data on several drives so as to improve performance and increase fault tolerance. सादरीकरणामध्ये प्रगती होण्यासाठी आणि चुका सहन करण्याची क्षमता वाढविण्यासाठी अनेक ड्राइव्हवर माहितीचे विभाजन होण्याची क्रिया.

RAID - Redundant Arrey of Independent Disks

RAM (Random Access Memory) - memory that allows access to any location in any order usually in the form of ICS. सामान्यत: आयसीएस्च्या स्वरूपामध्ये कोणत्याही जागेमध्ये कोणत्याही प्रकारे प्रवेश देण्यास मान्यता देणारी स्मृतिमंजूषा.

RAM Chip - chip which stores data allowing random access. प्रत्यक्ष प्रवेशाला परवानगी देणारी माहितीचा साठा असलेली चिप (तुकडा).

Random access - direct access / ability to access immediately memory locations in any order प्रत्यक्ष प्रवेश / कोणत्याही क्रमाने स्मृतिमंजूषेमध्ये त्वरित प्रवेश करण्याची क्षमता

Random early detection - congestion avoidance algorithm in which a small percentage of packets are dropped when congestion is detected and before the queue in question overflows completely. जेव्हा अतिदाट गर्दीने प्रश्न रांगेत असतात त्यामुळे त्यांची गर्दी समजते. म्हणून त्यावेळी लहान-प्रमाणातील संच वगळले जातात. म्हणजे अतिशय गर्दीचा वगळलेला नियमसंच.

Rapid application development - computer aided software engineering tools. संगणकाचे सहकार्य असणारी आज्ञावलीची अभियांत्रिकी साधने.

RARP (Reverse Address Resolution Protocol) - TCP / IP stack that provides a method for finding IP addresses based on MAC addresess. मॅक पत्त्यावरील आधारित महाजाळ्याच्या नियमसंचातील पत्ते शोधण्यासाठी टी सी पी / आय पी स्टॅकने दिलेली पद्धत.

RAS (Registration, Admission and Status protocol) - used between endpoints and gatekeeper to perform management functions. व्यवस्थापनाच्या कार्यांच्या सादरीकरणासाठी गेटकीपर आणि शेवटचा बिंदू यांमध्ये वापरलेला नियमसंच.

Raster - synonym for grid. Grid is used for addressable positions in an output device. ग्रिडचे दुसरे नाव, संस्करणसाधनामधील मुख्य स्थितीविषयी वापरला जाणारा.

Raw data - data has to be processed to provide information to the user उपयोक्त्याला देण्यापूर्वीची माहितीची प्रक्रिया पूर्व माहिती.

Raw mode - data is forwarded immediately without interpretation of individual characters. अक्षरांचे वैयक्तिक स्पष्टीकरण न करता तात्काळ पुढे पाठविलेली माहिती

RBAC (Role-Based Access Control) - system entities which are identified and controlled are functional positions in an organization / process. संस्थेतील / प्रक्रियेमधील कार्यरत स्थिती नियंत्रण करणारी आणि ओळखणारी व्यवस्था.

RCP (Remote Copy Protocol) - it allows users to copy files to and from a file system residing on remote host / server on the network. जाळ्यावरील साठा. मुख्य रिमोट त्या बाजूला असलेल्या संचिकाव्यवस्थेतून संचिकांची प्रत काढण्याची उपयोक्त्याला दिलेली परवानगी.

RCV (Receive) - direction of signal moving from the high speed receiver to low and medium speed interface उच्च गतीच्या संपर्कापासून संथ, मध्यम गतीच्या संपर्कापर्यंत असलेली संदेशाच्या वहनाची दिशा.

RDI (Remote Defect Indication) - a failure occurred at the far end of the network. जाळ्याच्या अगदी शेवटी आलेले अपयश.

Re-activation - process of re-enabling network access and privileges for subscriber device and reclaiming device attributes for other subscriber device. दुसऱ्या सभासदाच्या साधनाला दिलेल्या सुविधेसाठी जाळ्याच्या प्रवेशासाठी परत क्षमता देणारी प्रक्रिया.

Read-only memory - which can be read but not altered, primarily it is used to store basic information about the computer that it needs to operate, startup and load an operating system. ही स्मृतिमंजूषा केवळ वाचता येते त्यात बदल करता येत नाही. मुख्यत: ही स्मृतिमंजूषा मूळ माहितीचा साठा करण्यासाठी संगणकासंबंधित माहिती, विशेषत: त्याचे कार्य, संगणकाची सुरवात, कार्यान्वित पद्धती इ. साठी वापरली जाते.

Read only memory - memory device that has had data written into it, at the time of manufacture, so now its contents can only be read. स्मृति-मंजूषेवर तिची निर्मिती होतानाच माहिती लिहिलेली असते. म्हणून त्या माहितीतील समाविष्ट गोष्टी फक्त वाचता येणारे स्मृतिमंजूषासाधन.

Real number - a whole number and its decimal. such as 1 is a whole number 1.1 is a real number पूर्ण संख्या आणि दशांश क्रमांक म्हणजे १ हा संपूर्ण क्रमांक आणि १.१ हा खरा क्रमांक.

Real - time system - system whose processing time is within the problem so that it can influence the source of data. पद्धतीतील समस्येवर वेळेत प्रक्रिया करणारी आणि म्हणून माहितीच्या साधनावर परिणाम करणारी पद्धत.

Reboot - to reload an operating system during a computing session. संगणकाच्या कार्याच्या दरम्यान पुन्हा कार्यान्वित पद्धती सुरू करणे.

Receive - to accept data from a communication link. संप्रेषणाच्या दुव्याकडून आलेली माहिती स्वीकारणे.

Recode - to code a programme which has been coded for one system so that it will work on another. एका पद्धतीसाठी असलेल्या सांकेतिक भाषेचा दुसऱ्या पद्धतीच्या कार्यासाठी उपयोग होण्यासाठी आज्ञावली तयार करणे.

Reconfiguration - altering the structure of data in a system. पद्धतीमधील माहितीच्या रचनेमध्ये केलेला बदल.

Recovery - a system resumes operation after overcoming a hardware / software problem. संस्करण विभाग / आज्ञावली यांच्या समस्येमुळे थांबलेल्या पद्धतीच्या कार्याला केलेली सुरवात.

Redialer - interface hardware device which interconnects between fax device and a public switch telephone network सार्वजनिक टेलिफोनचे जाळे आणि फॅक्स साधन यांच्यातील अंतर्गत जोडणी म्हणजे संस्करण विभागाचा संपर्क.

Redirect - it allows a router to tell a host that using another router would be more effective दुसरा मार्ग हा जास्त परिणामकारक आहे असे मुख्य संगणकाला सांगणारा मार्ग.

Redirector - software intercepts requests for resources within a computer and analyzes them for remote access requirements. दूरच्या गरजेच्या प्रवेशासाठी संगणकातील साधनांच्या विनंतीमध्ये अडथळा आणून त्यांचे पृथ्थकरण करणारी आज्ञावली.

Redirect server - maps the more new addresses and returns these addresses to the client. नवीन पत्त्यांचे आरेखन करून ग्राहकांकडे ते परत पाठवणे.

Redistribution - allowing routing information discovered through one routing protocol to be distributed in the update messages of another routing protocol. दुसऱ्या मार्गाच्या नियमसंचाच्या अद्ययावत संदेशांच्या वितरणासाठी एका मार्गाच्या नियमसंचातून माहितीचा शोधलेला भाग.

Reduced instruction set computing - new microprocessor technology uses a smaller instruction set to control operations of computer than traditional computer design. परंपरागत संगणक आरेखनापेक्षा संगणकाच्या नियंत्रणासाठी उपयोगी पडणारे छोट्या सूचनांचे नवीन मायक्रोप्रोसेसरचे तंत्र.

Redundancy - in internetworking ie. the duplication of devices in the event of a failure the redundant devices can perform the work of those that failed. चुकीच्या घटनेमध्ये जादा साधने चुकलेले काम व्यवस्थित करू शकतील अशा तऱ्हेचे जाळे अंतर्गत साधनांचे द्विरुक्तीकरण.

Redundant - data can be removed without losing any information कोणतीही माहिती न वगळता परत वहन होणारी माहिती.

Redundant array of inexpensive disks - system of using multiple affordable hard disks for error recovery and more efficient operation. चुकांची दुरुस्ती आणि अधिक कार्यक्षम कार्यासाठी अधिक हार्ड तबकडीचा वापर करणारी पद्धत.

Reflexive access list - it contains condition statement that defines criteria for permitting IP packets. आय पी संचाच्या परवानगीसाठी कसोटीची स्पष्ट व्याख्या करणारी अट असलेली यादी.

Register - reserved memory location used for special storage purposes. विशिष्ट संग्रहाच्या हेतूसाठी वापरलेली स्मृती मंजूषेतील राखीव जागा.

Registrar - server that accepts register request. मान्य केलेल्या विनंती नोंदींचा साठा करणारा.

Registry - a database which contains all the information required to correctly configure an individual computer. सर्व प्रकारच्या वैयक्तिक गरजेची माहिती अचूकपणे निरनिराळ्या भागांमध्ये समाविष्ट असलेली आधारभूत माहिती-सामग्री.

Registry editor - a tool which enables user to search and modify the registry. नोंदवहीत शोधणे आणि अद्ययावत करणे यासाठी उपभोक्त्याच्या उपयोगी पडणारे साधन.

Rekey - change the value of a cryptographic key that is being used in an application of cryptographic system. सांकेतिक लिपीच्या कळेचे मूल्य बदलून तिचा सांकेतिक लिपीच्या पद्धतीमध्ये कार्यासाठी करता येणारा उपयोग.

Reliability - 1) total number of system failures whether a given failure results in system down time. व्यवस्थेचे संपूर्ण अपयश, व्यवस्थेमधील अपयश हे 'डाऊन टाइन' चा परिणाम आहे. 2) the ability of a device to function as intended, efficiently and without failure. कोणतीही चूक न करता पूर्ण कार्यक्षमतेने काम करण्याची साधनाची क्षमता.

Remote - a computer host or server which is viewed as spatially distant from the user. उपभोक्त्यापासून दूर असल्याप्रमाणे दिसणारा मुख्य संगणक किंवा शोधक यांची गणना.

Remote access service - it enables dial - up network connections between an RAS server and a dial up networking client computer. ग्राहकाचा डायल अप जाळे संगणक आणि आर ए एस साठा यांमधील डायल अप जाळ्यामुळे शक्य होणारी जोडणी.

Repeater - amplifying device used at intervals along a communications line to boost a signal so it won't be distorted by weakening - संदेशांची शक्ती कमी होऊन ते अंधूक होऊ नयेत म्हणून संप्रेषणवाहिनीतील मध्यंतर संदेशाला उत्तेजन देऊन विस्तार करणारे साधन.

Repository - system for storing and distributing digital certificates and related information to certificate users. उपभोक्त्याला माहितीची साठवण, अंकीय वितरणाचे दाखले आणि संबंधित माहिती देणारी पद्धती.

Repudiation - denial by a system entity that was involved in an association of having participated in the relationship. संबंधित समाविष्ट असलेल्या सहकार्याच्या सहभागाला पद्धतीने दिलेला नकार.

Request for comments - name of the result and the process for creating a standard on the internet. महाजाळ्यावर प्रमाणित निर्मितीसाठीची प्रक्रिया आणि परिणामाचे नाव.

Resampling - increase or reduction in the number of pixels in an image required to change its resolution without altering its size. प्रतिमेचा आकार न बदलता ठरविल्याप्रमाणे प्रकाशाच्या क्षेत्रात वाढ किंवा कमी करून करण्यात येणारा प्रतिमेतील आवश्यक बदल.

Residential gateway - customer premises equipment running XGCP that has connections to the VOIP network and connections to user telephony equipment. व्ही ओ आय पी जाळ्याला जोडलेली आणि उपभोक्त्याच्या दूरध्वनीशी जोडलेली साधने यामुळे ग्राहकांच्या क्षेत्रामधील साधनांना सुरू केलेले एक्स जी सी पी.

Resistance - when electricity travels over media it meets resistance which affects the transmission of direct current. विद्युत्विरोध माध्यमातून जेव्हा विद्युत शक्ती प्रवास करते तेव्हा तिला विरोधाला सामोरे जावे लागते. प्रत्यक्ष प्रक्षेपण पुरवठ्यावर त्याचा परिणाम होतो.

Resolution - it is related to how sharp and clear an image looks on screen it is usually determined by the number of dots per square inch and is used to describe printers monitors and scanners. पडद्यावरील स्पष्ट आणि स्वच्छ प्रतिमेशी हे निगडित आहे. ही प्रतिमा सामान्यत: प्रत्येक इंचातील प्रकाशाच्या क्षेत्रावर निश्चित केलेली असते. त्याचा उपयोग मुद्रणयंत्र, पडदा आणि स्कॅनरवर वर्णन करण्यासाठी होतो.

Retrieval - process of searching, location and recovering information from a file or storage device संचिका किंवा साठा साधनातून माहिती शोधणे तिची जागा, ती माहिती मिळविणे ही प्रक्रिया

Reverse look up - a telephone / network directory service, user can look up for the corresponding name. उपभोक्त्याने दूरध्वनी / जाळे निर्देशिका यांमध्ये घेतलेला संबंधित नावाचा शोध.

RF (Radio Frequency) - refers to frequencies which correspond to radio transmission wireless communication. आकाशवाणीप्रक्षेपण, ताराविरहित वायरलेस संप्रेषण या लहरीशी जुळणाऱ्या लहरी.

REC (Request for Comments) - document series used as primary means for communicating information about internet. संप्रेषणासाठी प्राथमिक साधने म्हणून दस्ताऐवजांच्या मालिकांचा केलेला महाजाळ्यासंबंधित माहितीचा उपयोग

RGB - red, green and blue, the primary colours. लाल हिरवा आणि निळा हे मूळ रंग.

Rich text formal - a file format for text files which includes formatting instructions संचिकांमधील मजकुराच्या रूपरेषेसंबंधी सूचना असलेली संचिका-रूपरेषा.

Ring - connection of two or more stations in a logically circular topology. तार्किक भौगोलिक क्षेत्रातील दोन किंवा अधिक स्थळांची जोडणी.

Ring monitor - a centralized management tool for token ring networks. टोकन रिंग जाळ्यासाठी असलेले मध्यवर्ती व्यवस्थापनसाधन.

Ring network - a type of network where each terminal is connected one after the other in a circle. वर्तुळामध्ये एकानंतर एक उपसंगणक (टर्मिनल) जोडलेल्या जाळ्याचा एक प्रकार

Ring topology - a design for this network in which the message flows in one direction from a source on the loop to a destination on the loop. लूपमधील साधनाकडून स्थळाकडे आणि परत स्थळाकडून लूपकडे असा एकाच दिशेने होणारा संदेश प्रवाह असलेल्या जाळ्याचे आरेखन.

RIP (Routing Information Protocol) - it is used by UNIX system to exchange routing information among a set of computers attached to a network. जाळ्याला जोडलेल्या संगणकांच्या संचामधील मार्गातील माहितीची अदलाबदल करण्यासाठी वापरली जाणारी युनिक्स पद्धती.

Risk management - process of identifying, controlling and eleminating or minimizing uncertain events that might affect system resources. पद्धतीतील साधनावर परिणाम करणाऱ्या, नियंत्रण करणाऱ्या, काढून टाकणाऱ्या कमी करणाऱ्या घटना ओळखण्याची प्रक्रिया

Rlogin - Remote login, Terminal emulation programme similar to Telnet, offered in UNIX implementations. संगणकाशी बरोबरी करणारी आज्ञावली नेट युनिक्स पद्धती अवलंबिण्यासाठी टेलनेटशी साधर्म्य असलेली.

RM (Resource Management) - Management of critical resources in an ATM network (Buffer space and Trunk band width). एटीएम

जाळ्यातील जटिल साधनांचे व्यवस्थापन (बफर स्पेस आणि ट्रंक बँडविड्थ)

Roaming Service - dial service for cable subscribers that require access away from their cable modems. केबल वाहिन्यांच्या मोडेमपासून दूर असलेल्या सभासदांना प्रवेश करून देणारी डायल सेवा.

Robot - automated / dynamic programme. They have limited but specific functions. यांत्रिक / गतिशील आज्ञावली. या आज्ञावलीला मर्यादा आहेत पण विशेष कार्येही आहेत.

Robotics - study of artificial intelligence and programming involved with robot construction. रोबॉट रचनेतील समाविष्ट आज्ञावली आणि कृत्रिम बुद्धिमत्तेचा अभ्यास.

Root - starting node from which all paths branch in a data tree structure माहिती वंशाच्या रचनेतील सर्व मार्गांच्या शाखेवरील सुरवातीचा बिंदू.

Root account - privileged account on UNIX systems used exclusively by network / system administrators. केवळ जाळे/पद्धती प्रशासकांकडून वापरले जाणारे युनिक्स पद्धतीचे विशेष खाते.

Root bridge - exchanges topology information with designated bridges in a spanning tree implementation to notify all other bridges in the network when topology changes are required. भौगोलिक क्षेत्र बदलण्याची गरज निर्माण होते तेव्हा जाळ्यातील इतर पुलांना नेमून दिलेल्या पुलाकडून विस्तारलेल्या झाडाचा वापर करण्यास सांगणारा मूळ पूल.

Rotary groups - several contiguous lines which allow a connection to be made to the next free line in the group. गटातील रिकामा वाहिनीशी जोडणी करण्याची मान्यता देणाऱ्या अनेक संभाव्य वाहिन्या.

Route - path taken by a message between a transmitter and receiver in a network. जाळ्यातील प्रक्षेपक आणि घेणारा यांमधील संदेशवहनाचा मार्ग.

Routable - ability of data / protocol which can deliver information between destinations located on either side of one or more routing devices. एका स्थळावर किंवा अधिक मार्गांच्या साधनावर माहितीचे वितरण करण्याची क्षमता असलेली नियमसंच माहिती.

Routed bridge encapsulation - in this process a subbridge segment is terminated on a point to point routed interface. मार्गाच्या बिंदूपासून बिंदू-पर्यंतच्या संपर्कामध्ये उपमुळाचे वर्तुळखंड नष्ट होण्याची प्रक्रिया

Routed Protocol - protocol which can be routed by a router. A router must be able to interpret the logical internet work specified by that routed protocol. मार्गाच्या नियमसंचाप्रमाणे तार्किक महाजाळ्याचे कार्य स्पष्ट करून सांगण्याची मार्गाची क्षमता, मार्गाने मार्गासाठी वापरलेला नियमसंच.

Router - network layer device which uses one or more metrics to determine the optimal path to which network traffic should be forwarded. जाळे संप्रेषण पद्धतीतील चांगला मार्ग निश्चित करण्यासाठी एक किंवा अनेक मोजमापांचा वापर करणारे जाळे स्तर साधन.

Routing - determining a suitable route for a message through a network. जाळ्यातून संदेशासाठी योग्य मार्गाची केलेली निश्चिती.

Routing domain - group of end systems and intermediate systems operating under the same set of administrative rules. त्याच पद्धतीच्या नियमांच्या संचाखाली कार्य करणाऱ्या पद्धतींपैकी मधली आणि गटाची शेवटची पद्धत, मार्गाचे कार्यक्षेत्र

Routing metric - a routing algorithm method determines that one route is better than another. एका मार्गापेक्षा दुसरा मार्ग चांगला आहे हे निश्चित ठरविणाऱ्या मार्गाचा नियमसंच.

Routing protocol - it accomplishes routing through the implementation of a specific routing algorithm. विशिष्ट मार्गाच्या नियमसंचांचा वापर करून तो यशस्वीपणे पूर्ण करणारा मार्ग.

Routing update - message sent from a router to indicate network reachability and associated cost information. माहितीचे मूल्य आणि जाळ्याचा आवाका दर्शविणारा संदेशमार्ग.

RPF (Reverse Path Forwarding) - a multicast technique in which a multicast datagram is forwarded out of all but the receiving interface. The receiving interface is one used to forward unicast datagrams to the source of the multicast datagram. एकच आकृती पुढे सरकविणाऱ्या संपर्काचा अनेक आकृतींच्या साधनासाठी उपयोग करणारे अनेक आकृतींपुढे सरकविणारे तंत्र.

RSH (Remote Shell Protocol) - It allows a user to execute commands on a remote system without having to log in to the system. त्या व्यवस्थेशी जोडणी न करता उपभोक्त्याला दूरच्या व्यवस्थेवर आज्ञांची कार्यवाही करण्यास परवानगी देणारा नियमसंच.

RSVP (Resource Reservation Protocol) - It supports the reservation of resources across IP network. महाजाळ्यांच्या नियमसंचातील साधनांच्या राखीव जागेला आधार देणारे.

RTADS (Real Time Altitude Determining System) - it refers to real time analysis display system. रिअल टाइम ॲनालेसिस डिसप्ले व्यवस्थेशी संबंधित.

RTT (Round Trip Time) - Time required for a network communication to travel from the source to the destination and back. जाळ्याच्या संप्रेषणासाठी एका साधनातून स्थळाकडे आणि परत साधनाकडे प्रवास करण्यासाठी लागणारा वेळ.

Rule - set of conditions that describe a function. कार्याचे वर्णन करणारा अटींचा संच.

S

SA (Service Affecting) - security association instance of security policy and keying material applied to a data flow. सेवेवर परिणाम होणारे, सुरक्षिततेचे सहकार्य, माहितीच्या प्रवाहाला उपयोगी पडणारे सुरक्षेचे धोरण आणि मुख्य साहित्य.

SAC (Single -attached Concentrator) - CDDI concentrator which connects to the network by being cascaded from the master port of another CDDI concentrator. अनेक घड्यांनी युक्त अशा मुख्य पोर्टकडून दुसऱ्या सीडीडीआयच्या कॉन्सेन्ट्रेटरच्या जाळ्याला जोडणी करणारा सीडीडीआय कॉन्सेन्ट्रेटर.

Sampling - process of converting analog data into digital data by taking a series of samples. अनेक नमुन्यांची मालिका घेऊन साधर्म्य माहितीचे अंकीय माहितीमध्ये रूपांतर करण्याची प्रक्रिया.

SAN (Storage Area Networking) - an emerging data communication platform that interconnects servers and storage at Gegabyte speeds. अनेक लक्षावधी गतीने साठे आणि संग्रह यांची अंतर्गत जोडणी करणारे नवीनच उदयाला येणारे माहिती संप्रेषणाचे व्यासपीठ / जाळ्याच्या साठ्याची जागा.

SAP (Service Access Point) - part of an address specification. पत्त्याच्या स्पष्टीकरणाचा (वैशिष्ट्याचा) एक भाग.

SAS (Single Attachment Station) - device attached only to the primary ring of FDDI ring. एफडीडीआयच्या वर्तुळाच्या फक्त प्राथमिक वर्तुळाशी जोडलेले साधन.

Satellite Communication - using satellites to relay data between multiple earth based stations. It requires high brandwidth. ज्यामध्ये उच्च ब्रँडविड्थची आवश्यकता आहे अशा पृथ्वीवरील अनेक ठिकाणी माहिती पुन: प्रक्षेपित करण्यासाठी उपग्रहाचा केलेला वापर / उपग्रहामार्फत होणारे संप्रेषण.

Saturation - one of the three RGB primary predominating colour तीन प्राथमिक रंगांपैकी (लाल, हिरवा आणि निळा) एक प्रबल रंग.

Save - to store data / programme on an auxiliary storage device. माहितीचा संग्रह करणे / सहाय्यकारी संग्रह साधनातील आज्ञावली.

SBC (Singleboard computer) - computer whose main components such as processor, input, output and memory are all contained on one PCB. एका पीसीबी वर समाविष्ट असलेले संगणकाचे मुख्य भाग उदा. प्रक्रियाकार, समावेशन, संस्करण विभाग, स्मृतिमंजूषा.

Scale - ratio of two values. दोन मूल्यामधील प्रमाण.

Scan - nonintrusive analysis technique, which identifies the open ports found on each live network device and collects the associated port banners found as each port is scanned. प्रत्येक जाळ्याच्या साधनामधील खुले पोर्ट ओळखणे आणि प्रत्येक पोर्टचे बारकाईने निरीक्षण करून सहकारी पोर्ट बॅनर जमा करणारे विश्लेषणाचे तंत्र.

Scan line fix up - mechanism used for non ECM calls meant to eliminate fax failures caused by an excessive number of received page errors because of data loss. माहितीच्या तोट्यामुळे पृष्ठातील चुकांची वाढलेली संख्या, यामुळे आलेल्या फॅक्समधील दोष काढून टाकणे म्हणजे नॉन इसीएम कॉलच्या यंत्रणेचा केलेला वापर.

Scanner - a device which converts images into digital form so they can be stored on computers. संगणकावर प्रतिमा संग्रहित करता येण्यासाठी अंकीय स्वरूपात प्रतिमा रूपांतर करणारे साधन.

Schedule - order in which tasks are to be done. कार्य पूर्ण होण्यासाठी योजलेला कामांचा क्रम.

Schema - the organization of a relational database including names of all data elements and ways records are linked. पूर्णपणे माहितीच्या सर्व भागांची नावे आणि नोंदींचे मार्ग जोडलेली संबंधित आधारभूत माहिती सामग्रीची व्यवस्थित रचना.

SCP (Service Control Point) - an element of an SS7 based Intelligent Network that performs various service functions. अनेक सेवेची कार्ये सादर करणरे इंटेलिजंट नेटवर्क आधारित एसएस ७ चे घटक

Scramble - data which is transmitted in a such way that it can not be understood unless it is decoded. जोपर्यंत सामान्य लिपीत येत नाही तोपर्यंत समजण्यास अशक्य असलेली सांकेतिक लिपीतून प्रक्षेपित केलेली माहिती.

Screen Frequency - number of lines of dots in a halftone image within a given distance normally stated in lines per inch. ओळीतील प्रत्येक

इंचामधील सामान्यत: दिलेल्या अंतरावरील प्रतिमेतील अर्थच्छटेतील ओळींची बिंदूंची संख्या पडद्यावरील वारंवारता.

Screen Saver - moving picture which is displayed on the screen when no activity takes place for a specified period of time. जेव्हा ठराविक काळामध्ये कोणतेही काम नसते त्यावेळी पडद्यावर प्रदर्शित केलेले हालते चित्र.

Scroll bar - it appears at the right side or bottom of a window that contains more information that can be displayed. जादा माहिती प्रदर्शित करण्यासाठी समाविष्ट असलेला विन्डोच्या खाली किंवा उजव्या बाजूला दिसणारा बार.

SCTE (Serial Clock Transmit External) - Timing signal that DTE echoes to DCE to maintain clock. घड्याळ अबाधित ठेवण्यासाठी डीटीईकडे प्रतिध्वनीने दिलेले वेळेचे संदेश.

SDLC (Synchronous Data Link Control) - SNA (System's Network Architecture) data link layer communications protocol. एसएनए माहिती दुव्याच्या संप्रेषणाच्या स्तराचा नियमसंच.

SDP (Session Definition Protocol) - an IETF protocol for the definition of multimedia services. बहुविध प्रसार माध्यमांच्या सेवेच्या स्पष्टीकरणासाठी असलेला आयईटीएफ्चा नियमसंच.

SDSL (Single-line Digital Subscriber Line) - one of four DSL technologies. It delivers 1.544 Mbps both downstream and upstream over a single copper twisted pair. डीएसएलच्या चार तंत्रांपैकी एक, तांब्याच्या पीळ असलेल्या जोडीद्वारे प्रवाहाप्रमाणे आणि प्रवाहाविरुद्ध १.५४४ एमबीपीएस् वितरित करणारे तंत्र.

Search - process of identifying a character / section / word of data in a document. दस्तऐवजातील शब्द / भाग / अक्षर ओळखणारी प्रक्रिया.

Search engines - a software which creates index of database or internet sites based on titles of files, keywords. महाजाळ्याच्या संचिकांच्या शीर्षक, मुख्य शब्दावर आधारित स्थळे किंवा आधारभूत माहितीसामग्रीचा निर्देश तयार करणारी आज्ञावली.

Second original - reproduction of an image, intended to be identical to the original. मूळ प्रतिमेशी जुळणारी प्रतिमेची पुनर्निमिती.

Secondary channel - second channel containing control information transmitted at the same time as data. एकाच वेळी माहिती आणि प्रक्रिया

केलेल्या माहितीचे प्रक्षेपण नियंत्रण करणारी दुसरी वाहिनी.

Secondary colour - colour obtained by mixing two primary colours. दोन मूळच्या रंगांचे मिश्रण करून तयार झालेला रंग.

Secondary memory - second in importance. Any data storage that is not the main. दुय्यम स्मृतिमंजूषा.

Section data communication channel - a SONET embeded operations channel that is processed by each STE mode in a network. जाळ्यातील प्रत्येक एसटीई बिंदूवर प्रक्रिया करणारी सॉनेटमधील कार्ये करणारी संप्रेषण-वाहिनी.

Section Dcc - section data communication channel. माहिती प्रक्षेपण करणाऱ्या वाहिनीचा भाग.

Secure Shell Protocol - it provides a secure remote connection to a router through a TCP application. टीसीपी कार्याद्वारे मार्गाला जोडून सुरक्षित अंतराची जोडणी देणारा सुरक्षित शेल नियमसंच.

Secure Sockets Layer - it is designed by Netscape Communications to enable encrypted authenticated communications across the internet. सांकेतिक अधिकृत महाजाळ्याच्या पलीकडचे संप्रेषण करणारा नेटस्कॅप कम्युनिकेशनने आरेखित केलेला सुरक्षित सॉकेट स्तर.

Security Association - an instance of security policy and keying material applied to a data flow. माहितीच्या प्रवाहाला उपयोगी पडणारे मुख्य साहित्य आणि सुरक्षिततेचे धोरण. सुरक्षिततेचे साहाय्य.

Security Certificate - information which is used by SSL protocol to establish a secure connection. एसएसएल नियमसंचाकडून सुरक्षित जोडणी स्थापन करण्यासाठी माहितीचा केलेला उपयोग. सुरक्षेचे प्रमाणपत्र.

Security Management - one of five categories of network management defined by ISO for the management of OSI networks. आयएसओकडून स्पष्ट केलेल्या ओएसआयच्या जाळ्याच्या व्यवस्थापनाच्या पाच श्रेणीपैकी एक प्रकार. सुरक्षेचे व्यवस्थापन.

Security Parameter Index - it is a number which, together with a destination IP address and security protocol, identifies a particular security association. अंतिम आय पी पत्त्याच्या आणि विशेष सुरक्षिततेच्या सहकाऱ्याच्या जोडीने ओळखणारा क्रमांक.

Seed Router - router in an Apple Talk network that has the network number or cable range built in to its port descriptor. जाळे क्रमांक असलेला

किंवा वाहिनीच्या पोर्ट वर्णनकारामध्ये वाहिनीच्या टप्प्याची रचना असलेला ॲपल टॉक जाळ्याचा मार्ग.

Segment - (1) section of a network that is bounded by bridges routers / switches. पुलाचे मार्ग / स्विच यांनी जोडलेले जाळ्याचे भाग. (2) In a LAN using a bus topology a segment is a continuous electrical circuit that is often connected to other such segments with repeaters. स्थानिक क्षेत्रीय जाळ्यामध्ये बस भौगोलिक क्षेत्राचा केलेला उपयोग जे सतत पुन्हा पुन्हा तेच काम करणाऱ्या भागाशी जोडलेले, सतत चालू असणारे इलेक्ट्रिकल सर्किट.

Segment - to divide a long programme into shorter sections which can then be called up when required. जेव्हा गरज लागेल तेव्हा त्या भागांचा उपयोग करण्यासाठी मोठ्या आज्ञावलीचे लहान लहान भागांमध्ये विभाजन करणे.

Semiconductor - material that has conductive properties between those of a conductor and an insulator. वाहक आणि विद्युत् विरोधक या दोहोंमधून गुणधर्माचे वाहन करणारे साहित्य.

Sequential Read - a read performed from the beginning of a file straight through to the end of the file. संचिकेच्या सुरवातीपासून शेवटपर्यंत क्रमाने पुरे केलेले वाचन.

Serial Cable - a cable used to connect peripheral devices through ports of computer serial. A serial cable is made up of 9 wires which can transmit information simultaneously. संगणकमालिकेच्या पोर्टद्वारे आजूबाजूची साधने जोडणारी वाहिनी. एकाच वेळी माहिती प्रक्षेपित करणाऱ्या तारांनी बनलेली मालिका वाहिनी.

Server - a computer in a network shared by multiple users. अनेक उप-भोक्त्यांकडून वापरला जाणारा जाळ्यातील संगणक.

Server - dedicated computer / peripheral that provides a function to a network. कामासाठी वाहून घेतलेला संगणक / जाळ्याला कार्यरत करण्यासाठी आजूबाजूच्या गोष्टी देणारे.

Server Based Networking - in this system, clients do not act as servers. ग्राहक साठ्याची भूमिका करणार नाही अशी व्यवस्था.

Server that makes policy decisions - it has global knowledge of network policies, is consulted by network devices that enforce the policies. जाळ्याच्या साधनाकडून धोरणाच्या अंमलबजावणीसाठी सल्ला घेणारा, जाळ्याच्या धोरणांचे वैश्विक ज्ञान असलेला साठा.

Service (NT service) - a process which performs a specific function in windows NT and can be called by various programmes. अनेक आज्ञावलींकडून नाव दिलेली आणि विन्डो एनटी मध्ये विशिष्ट कार्य करणारी व्यवस्था (सुविधा सेवा).

Service class - collection of service types required for a specific service offered. विशिष्ट सुविधा देण्यासाठी आवश्यक असलेला सुविधांच्या प्रकारांचा संग्रह.

Service level - various levels and quality of services defined for each service type. प्रत्येक सुविधेच्या प्रकारासाठी स्पष्टीकरण देणारे सुविधांचे स्तर आणि दर्जा.

Service package - quality of service that a cable provider offers to the subscribers. Basic student, family plus and internet are possible service packages. वाहिनीची सुविधा देणाऱ्याकडून सभासदाला दिलेला सुविधेचा दर्जा. मूलत: विद्यार्थी, कुटुंब आणि महाजाळे या सुविधांच्या संचामध्ये शक्य असलेल्या सेवा.

SET (Secure Electronic Transactions) - it is developed to allow securing credit card and off line debit card transactions over the www. बृहत् क्षेत्रीय जाळ्यावर सुरक्षा जमा कार्ड आणि संगणकाच्या मध्यवर्ती नियमकाशी न जोडलेले खर्चाचे कार्ड यांच्यातील व्यवहारासाठी परवानगी देणारी सुरक्षित इलेक्ट्रॉनिक व्यवहार.

Set - number of related data items. माहितीच्या बाबींशी संबंधित संख्या.

SF (Super Frame) - common framing type used on T1 circuits. टी १ सर्किटमध्ये वापरलेला सर्वसामान्य रूपरेषेचा प्रकार.

SG (Signaling Gateway) - gateway supports only signaling traffic. संदेशाच्या वाहतुकीला पाठिंबा देणारे महाद्वार.

SGCP (Simple Gateway Control Protocol) - it controls voice over IP gateways by an external call control element. बाह्य कॉल नियंत्रक घटकाकडून महाजाळ्याच्या नियमसंचाच्या महाद्वारातील आवाज नियंत्रण करणारा नियमसंच.

SGML (Standardized Generalized Markup Language) - international standard for the definition of system-independent, device-independent methods of representing text in electronic form. इलेक्ट्रॉनिक स्वरूपातील मजकूर सादरीकरणाची स्वतंत्र साधनांच्या पद्धतीसाठी, स्वतंत्र व्यवस्थेच्या स्पष्टीकरणासाठी असलेली आंतरराष्ट्रीय प्रमाणके असलेली भाषा.

SGMP (Simple Gateway Monitoring Protocol) - network management protocol which was considered for internet standardization and later evolved into SNMP. महाजाळ्याच्या प्रमाणिकीकरणासाठी विचार केला जाणारा आणि नंतर एसएनएमपी मध्ये विकसित होणारा जाळ्याच्या व्यवस्थापनाचा नियमसंच. साधा महाद्वार सर्वलक्षी नियमसंच.

Shannon entropy - measure of the information content of a transmission. प्रक्षेपणाच्या माहितीच्या आशयाचे प्रमाण.

Share Permissions - control access to shared resources such as folders, printers. They are only applicable to users who share resource over the netwrok. प्रवेशापासून ते मुद्रणयंत्राच्या परिपत्रिका साधन वाटणीपर्यंत. जाळ्यावर साधन वाटणी करणाऱ्या उपभोक्त्याना लागू पडणारे नियंत्रण.

Shared Folder - a folder which can be accessed by other computers on the network because the folder has been configured to be shared and has been assigned a share name. वाटणीचे नाव दिलेली आणि अंतर्गत भागाशी वाटणीच्या हेतूने जोडलेली, जाळ्यावर दुसऱ्या संगणकाकडून प्रवेश केली जाणारी परिपत्रिका.

Shared Memory Addresses - an option to I/O address allocation for internal hardware devices in computers. संगणकामध्ये अंतर्गत हार्डवेअर साधनासाठी, समावेशन / संस्करणविभागाच्या पत्त्यांच्या पर्यायासाठी नेमून दिलेली स्मृतिमंजूषा.

Shareware - computer programmes that are available, usually without any cost on a trial basis. some are full programmes, some are crippled. काही संपूर्ण तर काही निर्बल, अपायकारक, सामान्यत: मोफत परंतु चाचणीवर आधारित असलेल्या संगणकीय आज्ञावली.

Signal - (1) generated analog or digital waveform used to carry information. समानता निर्माण करून किंवा अंकीय लाटांच्या स्वरूपाचा उपयोग माहिती वाहनासाठी करणारा संदेश. (2) short message used to carry control codes. नियंत्रक सांकेतिक भाषेचे वहन करणारा छोटा संदेश वाहन.

Signaling gateway - it sends and receives PSTN signaling at the edge of IP/ATM network. आय पी/एटीएम जाळ्याच्या टोकाकडे पीएसटीएन संदेश पाठविणारे आणि संदेश मिळणारे महाद्वार.

Signaling packet - an ATM connected device that wants to establish a connection with another such device. दुसऱ्या तशाच साधनाशी जोडणी करण्याची इच्छा असलेला, एटीएमला जोडलेला साधन, संदेश पाठविणारा संच.

Signal-to-noise - difference in amplitude between a baseband signal and noise in a portion of the spectrum. बेसबँड संदेश आणि प्रकाशाच्या वर्णपटाच्या भागातील आवाज या दोघातील अधिक्याचा फरक

SIM (Subscriber Identity Module) - A component of an MS in a GSM network which contains all the information of the subscriber. वर्गणीदाराची सर्व माहिती समाविष्ट असलेला, जीएसएम जाळ्यामधील एमएसचा वर्गणीदाराला ओळखणारा विद्युत् उपकरणाचा भाग.

Simple Mail Transfer Protocol - main-protocol used to send e-mail on the internet. महाजाळ्यावर ई-मेल पाठविण्यासाठी वापरला जाणारा मुख्य नियमसंच.

Simple Network Management Protocol - a set of standards for communication with devices connected to a TCP / IP network टीसीपी / आय पी जाळ्याशी संप्रेषणासाठी साधनांनी जोडलेला प्रमाणकांचा संच. जाळ्याच्या व्यवस्थापनेचा नियमसंच.

Simplex - data transmission in single direction एकाच दिशेने होणारे माहितीचे प्रक्षेपण

Single Mode Fiber - fiber optic cabling with a narrow core that allows light to enter only at a single angle. एका ठराविक कोनातून प्रकाशाला प्रवेश देण्यासाठी परवानगी देणारी मुख्य अरुंद भागात असलेली फायबर ऑप्टिक वाहिनी.

Single Vendor Network - network using equipment from only one vendor. एकाच किरकोळ विक्रेत्याकडून वापरले जाणारे घटक असलेले जाळे.

SIP (SMDS Interface Protocol) - it is used in communications between CPE and SMDS equipment. एसएसडीएस आणि सीपीई साधनांमधील संप्रेषणासाठी वापरले जाणारे एसएमडीएस साधर्म्य नियमसंच

Site - a group of closely related configuration data. अंतर्गत भागातील संबंधित माहितीचा गट.

Sliding Window Flow Control - method of flow control in which a receiver gives the transmitter permission to transmit data until a window is full. विन्डो संपूर्ण भरेपर्यंत माहितीच्या प्रक्षेपणासाठी प्रक्षेपकाला परवानगी देणारा रिसिव्हर असलेली प्रवाहाची नियंत्रण पद्धत

SLIP (Serial Line Internet Protocol) - a software systemused for connecting a serial line directly to the Net. जाळ्याला प्रत्यक्ष लाइन, मालीका जोडण्यासाठी वापरलेली आज्ञावली व्यवस्था

Slotted ring - LAN architecture based on a ring topology in which the ring is divided into slots that circulate continuously. रिंगच्या भौगोलिक कार्यक्षेत्रातील रिंग विभाजनावर आधारित लोकल क्षेत्रीय जाळ्याची केलेली बांधणी ह्यामध्ये विभाजनाचे अभिसरण सातत्याने होत असते.

SMB (Server Message Block) - file system protocol used in LAN manager and similar NOSs to package data and exchange information with other systems. स्थानिक क्षेत्रीय जाळ्याच्या व्यवस्थापक आणि एनओएस ते माहिती संच आणि इतर व्यवस्थेशी माहिती दळणवळणासाठी वापरलेली संचिका-व्यवस्था.

SMDS (Switched Multi-megabit Data Service) - High speed packet-switched datagram based WAN networking technology offered by telephone companies. टेलिफोन कंपनीकडून मिळालेल्या बृहत् क्षेत्रीय जाळ्याच्या तंत्रावर आधारित उच्च गतीच्या निरनिराळ्या माहिती जोडणीचा संच.

Sneakernets - the predecessors to the computer network. संगणकीय जाळ्याच्या पूर्वीच्या योजना.

SMRP (Simple Multicast Routing Protocol) - specialized multicast network protocol for routing multimedia data streams on enterprise network धाडसी जाळ्यावरील, बहुविध प्रसारमाध्यमांच्या माहितीप्रवाहाच्या मार्गासाठी असलेला विशेष अनेकविध जाळ्यांचा नियमसंच.

SMTP (Simple Mail Transfer Protocol) - internet standard protocol for transferring e-mail messages from one computer to another. एका संगणकाकडून दुसऱ्या संगणकाकडे ई-मेल संदेश पाठविणारा महाजाळ्याचा प्रमाणित नियमसंच.

SNAP (Subnetwork Access Protocol) - internet protocol that operates between a network entity in the subnetwork and a network entity in the end system. जाळ्याच्या बॅकअप व्यवस्थेमध्ये आणि जाळ्याच्या उपजाळ्यातील गोष्टीमध्ये कार्य करणारा महाजाळ्याचा नियमसंच.

SNMP (Simple Network Management Protocol) - it is used exclusively in TCP / IP networks. निवडक टीसीपी / आय जी जाळ्यामध्ये वापरला जाणारा सोपा जाळ्याच्या व्यवस्थापनाचा नियमसंच.

Socket - software structure operating as a communications end point within a network device. जाळ्यातील साधनामध्ये संप्रेषणाचे बॅकअप म्हणून कार्य करणाऱ्या आज्ञावलीची रचना.

Software - programmes that are loaded onto computers to perform specific tasks विशेष काम करण्यासाठी संगणकांमध्ये घातलेली आज्ञावली.

Software Development - process required to produce working programmes from an intial idea. प्रारंभीची कल्पना प्रत्यक्षात येण्यासाठी आवश्यक असलेली आज्ञावली तयार करण्याची प्रक्रिया, आज्ञावलीचा विकास.

Software Package - complete set of programmes that allows a certain task to be performed काही काम करण्यासाठी असलेला आज्ञावलीचा संपूर्ण संच.

Software System - all the programmes required for one or more tasks एक किंवा अधिक कार्यासाठी आवश्यक असलेल्या सर्व आज्ञावली. आज्ञावलीची व्यवस्था.

SONET (Synchronous Optical Networking) - a standard for transporting a wide range of digital telecommunications services over optical fiber. ऑप्टिकल फायबरवरून अंकीय दूरसंचार माध्यमाद्वारे व्यापक प्रमाणात होणाऱ्या दळणवळणाच्या सुविधेसाठी असलेले प्रमाणक.

Source - point where a transmitted signal enters a network जाळ्यामध्ये प्रक्षेपित संदेश ज्या ठिकाणी प्रवेश करतो तो बिंदू.

Source language - 1) language in which a programme is originally written मूळ भाषेमध्ये लिहिलेली आज्ञावली. 2) Language of a programme prior to translation भाषांतर करण्यापूर्वीची आज्ञावलीची भाषा.

Spam - an incorporate attempt to use a mailing list / USENET or other networked communications facility. दुसऱ्या जाळ्यातील संप्रेषणाच्या सुविधा किंवा टपाल यादी / युजनेट वापरण्याचा एकत्र केलेला प्रयत्न.

Spanning-tree-algorithm - used by the spanning - tree protocol to create a spanning tree. स्पॅनिंग ट्री निर्माण करण्यासाठी वापरला जाणारा स्पॅनिंग ट्री नियमसंच.

SPE (Synchronous Payload Envelope) - pay load carrying portion of STS signal in SONET सॉनेटमधील एसटीएस संदेशांचा संदेशाच्या इतर भागासहित वहन करणारा भाग.

Speech recognition - analysing spoken words in a such way that they can be processed in a computer to recognize spoken words and commands. बोललेल्या शब्दांचे विश्लेषण करून संगणकामध्ये त्या शब्दांवर प्रक्रिया करून ते शब्द व आज्ञा ओळखण्याची क्रिया.

Speed matching - feature that provides sufficient buffering capability in a destination device to allow a high-speed source to transit data at maximum rate उच्च गतीने कमाल प्रमाणात माहिती प्रक्षेपित करण्यासाठी, स्थानाच्या साधनाला बफरिंगची पुरेशा क्षमता देणारे वैशिष्ट्य

Spellchecker - dictionary of correctly spelled words held in a computer and used to check the spellings of text. मजकुरातील शब्दांच्या अक्षरांची तपासणी करण्यासाठी उपयोगी पडणारा संगणकात असलेला अचूक शब्दांचा कोश.

SPF (Shortest Path First Algorithm) - routing algorithm that iterates on length of path to determine a shortest path spanning tree. पुन्हा पुन्हा मार्गाच्या लांबीचा विचार करून स्पॅनिंग ट्रीचा लहान मार्ग निश्चित करणारा मार्गाचा नियमसंच.

SPID (Service Profile Identifier) - number that some service providers use to define the services to which an ISDN device subscribes. आयएसडीएन साधनाने वर्गणीद्वारा दिलेल्या सुविधांचे स्पष्टीकरण करण्यासाठी वापरला जाणारा सुविधा पुरविणारा क्रमांक.

Spider - a software robot that serves a search engine by exploring the net, collecting web page addresses, page contents and following links from them to their addresses to collect more web information. जाळ्याची केलेली कसून पाहणी, वेब पेजच्या पत्त्यांचा संग्रह, पृष्ठातील आशय आणि दुव्याचे अनुकरण यांच्यातील पत्त्याकडून जादा वेब माहिती गोळा करण्यासाठी सर्च इंजिन म्हणून सेवा देणारी रोबॉट आज्ञावली.

Spoofing - scheme used by routers to cause a host to treat an interface as if it were up and supporting a session, it is designed to foil network security mechanisms as filters, access lists. राउटरकडून राबवली जाणारी योजना. यामुळे मधला भाग कार्यान्वित असताना सत्रास पाठिंबा देतो आणि मुख्य भाग त्यानुसार आचरण करतो. फिल्टर, प्रदेशांची यादी यांसारख्या सुरक्षायंत्रणेच्या जाळ्यांचा अपयश मिळावी यासाठी ही योजना असते.

Spooler - application that manages requests / jobs submitted to it for execution कार्यवाही करण्यासाठी आलेली विनंती / कामे यांची व्यवस्था करणारी फिरकी.

Spread sheet - a number related document where calculations and formulas are applied to the data organized in rows and columns of cells सेलच्या ओळी आणि स्तंभामधील व्यवस्थित माहितीला गणना आणि सूत्रे उपयोगी पडणारी दस्तऐवजाची संबंधित संख्या.

SPX (Sequenced Packet Exchange) - reliable, connection oriented protocol which supplements the datagram service provided by network layer protocols. जाळ्याच्या स्तराच्या नियमसंचाकडून अनेकविध माहिती गटांच्या सुविधांना पूरक ठरणारी सेवा देणारा विश्वसनीय, जोडणी संबंधावर बेतलेला नियमसंच.

SQL (Structured Query Language) - Microsoft's (R) data base server package. माहितीवर आधारित मायक्रोसॉफ्टचा (R) साठा संच रचनेसंबंधी प्रश्नांची भाषा.

SRAM (Static Random Access Memory) - a type of RAM it retains its contents for as long as power is supplied. It does not require constant refreshing रॅमचा एक प्रकार. वीज पुरवठा असेपर्यंत ही स्मृती मंजूषा आशय साठवून ठेवते. या स्मृतिमंजूषेला नेहमी उत्साहवर्धक (शक्तिमान) करण्याची गरज नसते.

SRB (Source Route Bridging) - method of bridging oriented by IBM, it is popular in Token Ring networks. टोकन रिंग जाळ्यामध्ये लोकप्रिय असलेली आयबीएमने बेतलेली ब्रिजिंगची पद्धत.

SRT (Source - Route Transport Bridging) - IBM bridging scheme that merges the two most prevalent bridging strategies, SRB and transport bridging. साधन मार्ग यांचे ब्रिजिंग आणि ब्रिजिंग वाहतूक, दोन मोठी सार्वत्रिक ब्रिजिंग तंत्रे मिसळलेली आयबीएमची ब्रिजिंग योजना.

SRVTAB service tab - service tab - a password that a network service shares with the KDC. केडीसी बरोबर जाळ्याच्या सुविधेची वाटणी करणारा संकेतशब्द.

SSCS (Service Specific Convergence Sublayer) - one of the two sublayers of any AAL. कोणत्याही एएएलच्या दोन उपस्तरांपैकी एक स्तर.

SSG (Service Selection Gateway) - offers service providers a means for menu based service selection. यादीवर अधिष्ठित सुविधानिवडीसाठी असलेली सुविधा पुरविणारी साधने. सेवा निवडीचे महाद्वार.

SSM (Source Specific Multicast) - a datagram delivery model which best supports one to many applications, it is known as broadcast applications. एक किंवा अनेक कार्यांसाठी पाठिंबा देणारा अनेक माहितीच्या गटाचा आदर्श यालाच प्रक्षेपण म्हणतात.

SSO (System Security Officer) - a person responsible for administration of the security policy that applies to the system. संगणकीय व्यवस्थेच्या सुरक्षाधोरणाचे व्यवस्थापन करण्यासाठी जबाबदार असलेली व्यक्ती.

SSP (System Switch Processor) - a card which acts as an Ethernet switch and passes data between all system cards and to any other switch connected to the system. व्यवस्थेतील इतर स्विचना जोडलेला आणि सर्व व्यवस्थेच्या कार्डामधून माहिती पाठविणारा, इदरनेटच्या स्विचप्रमाणे कार्य करणारा प्रक्रियाकार.

Stand Alone Server - a server computer that is not installed as a domain controller and has not joined a server domain. साठ्याच्या कार्यक्षेत्राला जोडलेला नसतो आणि कार्यक्षेत्राचा नियंत्रक म्हणून बसविलेला नसतो तो साठा संगणक, एकक संगणक साठा.

Standby - which is ready for use in case of failure. यंत्रणा अपयशी ठरल्यास वापरास उपयोगी पडणारा, बदली म्हणून काम करणारा.

Standby monitor - device placed in standby mode on a Token Ring network in case an active monitor fails. कार्यतत्पर तपासनीस अपयशी ठरल्यास टोकन रिंग जाळ्यावरील बदली बिंदूवर बसविलेले साधन, बदली

Star topology - in which end points on a network are connected to a common centract switch by point-to-point links. जाळ्यावरील शेवटचे बिंदू, सामान्य मध्यवर्ती स्विचला बिंदूपासून बिंदूपर्यंत दुव्यामार्फत जोडलेले स्टार कार्यक्षेत्र

Start / stop bits - a start bit signal the start of a unit of data in asynchronous communications. A stop bit signals the stopping of a unit of data. बिट सुरू होणारा संदेश, एकाच वेळी न होणाऱ्या संप्रेषणातील माहितीच्या घटकाची सुरवात दर्शविते. बिट थांबविणारा संदेश माहिती घटकाचा शेवट दर्शवतो.

Static routing - is basic no - frills IP routing - no additional software is necessary to implement static routing स्थिर मार्ग पूर्ण करण्यासाठी अधिक आज्ञावलींची जरुरी नसलेला सुशोभन नसलेला महाजाळ्यातील नियमसंचाचा स्थिर मार्ग.

Statistical multiplexing - technique whereby information from multiple logical channels can be transmitted across a single physical channel. एका नैसर्गिक वाहिनींकडून अनेक तार्किक वाहिनींवरील माहिती प्रक्षेपित होण्याचे तंत्र. संख्याशास्त्रीय विविधता.

Stop and wait - a connection oriented method of data master. A green light way of handling flow control. प्रवाह नियंत्रण करणारी, प्रकाशाचा हिरवा

मार्ग जोडणीचे महत्त्व असलेली माहितीपद्धत.

STP (Shielded twisted - pair) - two pair wiring medium used in a variety of network implementations. जाळ्यातील विविधता पूर्ण करण्यासाठी वापरले जाणारे दोन जोडीच्या वायरिंग (तारांचे) माध्यम.

Storage - memory / part of the compter system in which data / programmes are kept for further use पुढील वापरासाठी ठेवलेला माहिती आणि आज्ञावलीचा संगणकीय व्यवस्थेमधील भाग / स्मृतिमंजूषा / साठा.

Store and forward packet switching - packet switching technique in which frames are completely processed before being forwarded out of the appropriate port. रूपरेषा योग्य पोर्टकडे पाठविण्यापूर्वी त्या रूपरेषांवर संपूर्णपणे प्रक्रिया करणारे संच जोडणीचे तंत्र.

Stream - oriented -data transmission type of transport service that allows its client to send data in continuous stream. ग्राहकाला सतत माहितीचा प्रवाह चालू ठेवण्यास परवानगी देणारी वाहतुकीच्या प्रकाराची सुविधा.

String - any series of consecutive alphanumeric characters / words that are manipulated as a unit by the computer संगणकाकडून घटकाप्रमाणे विकसित केलेली शब्दांची /अंक आणि अक्षरे यांची अनुक्रमाने असलेली मालिका.

Stripe set - a disk configuration consisting of two to thirty two hard disks. दोन ते बत्तीस हार्ड डिस्कने बनलेले तबकडीचे अंतर्गत भाग.

Stripe set with parity - similar to a stripe set, but stripe set with parity provides a degree of fault tolerance that a stripe set cannot स्ट्राइप सेट (वेगळ्या रंगाचा पट्टा) करू शकत नसलेले अपयशाच्या सहनशीलतेचे प्रमाण बरोबरीने देणारा स्ट्राइप संचासारखा संच.

Structured Query Language - a specialized programming for sending queries to databases. आधारभूत माहिती संचाकडे प्रश्न पाठविण्याची भाषा. आरेखित प्रश्नभाषा.

Stub Area - OSPF area that carries a default route, intra - area routes and inter-area routes but does not carry external routes. चुकीचा मार्ग, क्षेत्रांतर्गत मार्गातील चुकीचा मार्ग, अंतर्गत क्षेत्रातील मार्ग आणि क्षेत्रांतर्गत मार्ग घेणारे पण बाहेरचा मार्ग न घेणारे ओ एस पी एफ क्षेत्र.

Stylus - an input device consisting of a light - sensitive photoelectric cell that, when touched to a video display screen, is used to signal the screen position of a computer. दृश्य प्रदर्शित करणाऱ्या पडद्याला स्पर्श केला

असता संगणकाच्या पडद्याच्या स्थितीला संदेश देण्यासाठी वापरले जाणारे, हलक्या संवेदनात्मक फोटोइलेक्ट्रॉनिक सेलने बनलेले समावेशन करणारे साधन, टोकदार लेखणी.

Subchannel - a frequency based subdivision creating a separate communication channel. लहरीवर आधारित उपविभागाने निर्माण केलेली स्वतंत्र संप्रेषण वाहिनी उपवाहिनी.

Subfolder - a folder that is located within another folder दुसऱ्या परिपत्रिकेमध्ये असलेली उपपरिपत्रिका.

Subnet Address - an extension of the internet addressing system that allows a site to subdivide a single internet address to cover multiple physical networks. अनेक नैसर्गिक जाळी जवळ येण्यासाठी स्थळाच्या महाजाळ्याची एका जाळ्यामध्ये विभागणी करण्यास परवानगी देणारा महाजाळ्याच्या पत्त्याच्या व्यवस्थेच्या उपजाळ्याचा पत्ते विस्तार.

Subnet Mask - specifies which portion of an IP address represents the network ID and which portion represents the host ID. जाळ्याची ओळख दाखविणारा आणि मुख्य भागाची ओळख दाखविणारा भाग कोणता हे स्पष्ट करणारा महाजाळ्याच्या नियमसंचाच्या पत्त्याचा भाग.

Subnetwork - in IP networks, a network sharing a particular subnet address. महाजाळ्यातील नियमसंच्याच्या जाळ्यातील वाटणीचा विशिष्ट उपजाळ्याचा पत्ता.

Subroutine - section of a programme which performs a required function and that can be called upon at any time from inside the main programme. मुख्य आज्ञावलीमध्ये समाविष्ट असलेला आणि कोणत्याही वेळी आवश्यक कार्य सादर करणारा आज्ञावलीचा भाग. उपआज्ञावली.

Subvector - data segment of a vector in an SNA message. एस एन ए संदेशातील व्हेक्टरच्या माहितीचा भाग.

Superencryption - encryption operation for which the plaintext input to be transformed is the ciphertext output of a previous encryption operation. पूर्वीच्या सांकेतिक लिपीतील कार्याचे संस्करण करून सायफरटेक्स्टमध्ये साध्या मजकुरांचे समावेशन करून रूपांतर करणारे कार्य.

Super - JANET - latest phase in the development of JANET. The UK education and research network run by UKERNA. ब्रिटन येथील शैक्षणिक आणि संशोधनात्मक जाळे. युकेरना कडून चालविले जाणारे जानेटच्या विकासातील

प्रगतीचा टप्पा.

Supernet - aggregation of IP network addresses advertised as a single classless network address. एका वर्गरहित जाळ्याच्या पत्त्याप्रमाणे जाहिरात करणारा महाजाळ्याच्या नियमसंचाच्या पत्त्यांचा समूह. सुपरनेट.

Supersampling - capture of more grey levels per colour than is required for image manipulation / output. प्रतिमेच्या कौशल्यपूर्ण हाताळणीसाठी / बाह्य उपजेसाठी प्रत्येक रंगातील अधिक करड्या रंगाचे स्तर मिळविणे.

SVC (Switched Virtual Circuit) - virtual circuit is dynamically established on demand and is turned down when transmission is complete. जेव्हा प्रक्षेपण पूर्ण होते तेव्हा मागणीनुसार स्थापन झालेले गतिशील आभासी सर्किटचे काम थांबते.

Switch - network device that filters and floods, frame based on the destination address of each frame. प्रत्येक रचनेच्या स्थळाच्या पत्त्यावर अगणित माहितीमधून योग्य अचूक माहितीवर आधारित क्षारखिडा करणारे जाळ्याचे साधन.

Switch hook - Switch where a telephone handset sits when the teleplone is on hook / hung up. जेव्हा दूरध्वनी बंद असतो, तिथे दूरध्वनीचा हँडसेट असतो तो स्विच.

Symbol - sign / picture which represents something काही गोष्ट सादर करणारे चित्र / खूण.

Symmetric - cryptography - branch of cryptography involving algorithms that use the same key for two different steps of the algrorithm. नियमसंचाच्या दोन वेगळ्या टप्प्यांसाठी समान कलेचा उपयोग करता येणारी, नियमसंच समाविष्ट असलेली सांकेतिक लिपीची शाखा.

Synchronous - a transmission method in which the synchronizing of characters and bits is controlled by fixed timing signal generated at the sending and receiving stations. पाठविणाऱ्या आणि घेणाऱ्या स्थळाकडून नियमित निर्माण होणारे संदेश, अक्षरे आणि बिट्स यांच्याकडून एकाचवेळी नियंत्रित केली जाणारी प्रक्षेपण पद्धत.

Synchronous transmission - describing digital signals that are transmitted with precise clocking तंतोतंत घड्याळ्याच्या वेळेत प्रक्षेपित करताना अंकीय संदेशांचे एकाच वेळी वर्णन करणारे प्रक्षेपण.

Synthetic operation - packets sent into the network that appear to be user data traffic but actually measure network performance. जाळ्याकडे संच पाठविल्यामुळे उपभोक्त्याला त्यामध्ये माहितीची गर्दी दिसली तरी ती वस्तुत: जाळ्याच्या सादरीकरणाचे मोजमाप असते.

System entity - active element of a system, a subsystem, a person / group that incorporates a specific set of capabilities. कार्यक्षमतेचा विशिष्ट संच एकत्र आणणाऱ्या गट / व्यक्ती, उपव्यवस्था या व्यवस्थेचा कृतिशील घटक.

System high - highest security level supported by a system at a particular time / environment. विशिष्ट वेळेत / परिस्थितीत व्यवस्थेकडून पाठिंबा दिलेली उच्चस्तरीय सुरक्षा.

System - integrity service - security service which protects system resources in a verifiable manner against unauthorized destruction. अनधिकृत घातक गोष्टीविरुद्ध बिनचूक तऱ्हेने व्यवस्थेतील साधनांना संरक्षण देणारी सुरक्षा व्यवस्था.

System operator - anyone responsible for the physical operations of a computer system / network resource जाळ्यातील साधनासाठी / संगणक-व्यवस्थेच्या नैसर्गिक कार्यासाठी जबाबदार असणारा कोणीही

System policy - system policy file is a collection of user and computer policies. उपभोक्त्याच्या संग्रह आणि संगणकीय धोरणांच्या व्यवस्थेच्या धोरणाची संचिका.

Systems analysis - analysing a process / system to see if it could be more efficiently carried out by a computer. संगणकाकडून अधिक कार्यक्षमतेने विश्लेषणाचे कार्य पार पाडले जाते की नाही हे पाहणारी व्यवस्था / प्रक्रिया.

T

T junction - a connection at right angles with a main signal मुख्य संदेशाच्या उजव्या कोपऱ्यातील जोडणी

T network - simple circuit network with three electronic components connected in the shape of a letter T. इंग्रजी टी अक्षराच्या आकारात तीन इलेक्ट्रॉनिक भाग जोडलेले साधे सर्किट जाळे.

Tab - to arrange text in columns with the cursor automatically running from one column to the next in key boarding कर्सर यांत्रिकपणे एका स्तंभाकडून नंतरच्या स्तंभाकडे जाण्यासाठी असलेली कळपट्टीवरील कळ.

TAC (Terminal Access Controller) - internet host that accepts terminal connections from dial-up liner डायल अप वाहिनीकडून जोडलेली संगणक-महाजाळ्याच्या मुख्य संगणकाने मान्य केलेली जोडणी.

TACACS (Terminal Access Controller Access Control System) - authentication protocol, developed by the DDN community that provides remote access authentication and related services, as event logging. डिडिएन समाजाने विकसित केलेला संगणक सुरू होताना, दुरस्थ प्रवेशाची पडताळणी करणारा आणि संबंधित सेवा पुरविणारा विश्वसनीय नियमसंच.

Tag - 1) one section of computer instructions संगणकीय सूचनांचा एक भाग 2) Identifying characters attached to a file / data माहिती / संचिका यांच्याशी संबंधित असलेली अक्षरांची ओळख.

Tag switching - high performance, packet forwarding technology which integrates network layer, routing and data link layer switching and provides scalable high-speed switching in the network core. जाळ्याच्या आतील भागाशी जोडणी करून जलदगतीने विद्युत् मंडल पूर्ण करणारे, जाळ्याचा स्तर, मार्ग आणि माहिती दुव्याचा स्तर जोडणारे उच्च दर्जाचे सादरीकरण करणाऱ्या संचाला पुढे सरकविणारे तंत्र

TAPI (Telephony Application Programming Interface) - a call control model developed by Microsoft and Intel इन्टेल आणि मायक्रोसॉफ्टने विकसित केलेला कॉल नियंत्रण आदर्श संपर्क

Taskbar - an area that runs across the bottom of the windows 95 desktop. संगणकातील विंडोज ९५ मध्ये खालच्या बाजूने दिसणारा भाग / क्षेत्र.

Task manager - an administrative utility which can be used to start and stop applications कार्य सुरू करणे किंवा थांबविणे यासाठी वापरलेली प्रशासकीय उपयुक्तता.

TC (Telephony Controller) - signaling controller and virtual switch controller. संदेशाचा नियंत्रक आणि आभासी जोडणीचा नियंत्रक

T-CCS (Transparent Common Channel Signaling) - it allows the connection of two PBXS with digital interfaces which use a proprietary or CCS protocol without the need for interpretation for call processing कॉल प्रक्रियेसाठी स्पष्टीकरणाची गरज नसताना खासगी मालकी किंवा सीसीएस नियमसंचाचा उपयोग करून अंकीय संपर्काने जोडलेल्या दोन पीबीएक्स जोडणी.

TCL (Toolkit Command Language) - a scripting language used for gateway products both internally and externally to cisco IOS software code. सिसको आयओएस आज्ञावलीसाठी अंतर्गत व बहिर्गत प्रवेशद्वारनिर्मितीसाठी वापरलेली सांकेतिक भाषा.

TCP (Transmission Control Protocol) - a transport layer protocol which establishes a reliable, full duplex, data delivery service used by many TCP / IP application programmes. अनेक टीसीपी / आय पी कार्यान्वित विश्वासू प्रणाली, दोन्ही बाजूने सेवा, माहिती वितरण हे प्रस्थापित करणारा वाहतूक स्तर नियम संच.

TDM (Time Division Multiplexing) - 1) Multiplexing system that allows a number of signals to be transmitted down a single line by sending a sample of the first signal for a short period then the second and so on. अनेक संदेशांच्या प्रक्षेपणासाठी एका वाहिनीकडून पहिल्या संदेशाचा नमुना छोट्या काळासाठी नंतर दुसरा तिसरा असे संदेशाचे प्रक्षेपण करणारी अनेक भाग असलेली पद्धत.

TDM (Time Division Multiplexing) - 2) information from multiple channels can be allocated to bandwidth on a single wire based on preassigned time slot पूर्वीच दिलेल्या वेळेमध्ये बँडविड्थच्या एका तारेला नेमून दिलेल्या वेळेत अनेक वाहिन्यांतून वाहणारी माहिती.

TDMA (Time Division Multiplex Access) - two or more channels of information are transmitted over the same link by allocating a different time interval for the transmission of each channel. दोन किंवा अधिक माहितीच्या वाहिन्यांतून त्याच दुव्यातून प्रत्येक वाहिनीला प्रक्षेपणासाठी नेमून दिलेला वेगवेगळा टोल.

TE (Terminal Equipment) - any ISDN compatible device which can be attached to the network as telephone fax. दूरध्वनी फॅक्स सारखी साधने जोडलेली कोणतेही आयएसडीएन सुसंगत साधन.

Technet - an invaluable knowledge base and troubleshooting resource एक मौल्यवान, ज्ञानाधिष्ठित, अचूक बिघाड शोधणारे साधन.

Technology predix - discriminators used to distinguish between gateways having specific capabilitles within a given zone. दिलेल्या क्षेत्रातील विशेष योग्यता असलेल्या प्रवेशाद्वारामध्ये भेदभाव करणाऱ्याकडून फरक करण्यासाठी वापरण्यात येणारे तंत्र

Tech syrup - it provides an extensive array of customized solutions tailored to suit industry verticals. औद्योगिक क्षेत्राच्या चढत्या आलेखासाठी निर्माण केलेली व्यक्ती किंवा कामाच्या योग्य बदलासाठी उपाय सुचविणारी व्यापक आज्ञावली.

Telecommunications - communications over the telephone network दूरध्वनीच्या जाळ्यावरील संप्रेषण.

Teleconference - visual / sound interconnection which allows individuals in two or more locations to see and talk to one another in a long distance conference arrangement. दूर अंतरावरील परिषदेच्या व्यवस्थेमध्ये दोन किंवा अधिक जागांवरील व्यक्ती एकमेकांना पाहू शकतील, संभाषण करू शकतील, अशी दृश्य व आवाज यांची अंतर्गत जोडणी.

Telematics - interaction of all data processing and communications devices. संप्रेषणाची साधने व माहितीची प्रक्रिया यांमधील अंतर्गत कार्ये.

Telemetry - capability of transmitting / retrieving data over long distance communication links as satellite, telephone उपग्रह, दूरध्वनी सारख्या दूर अंतराच्या संप्रेषणाच्या वाहिन्यातून माहितीचे प्रक्षेपण / पुन:प्राप्ती करणारी कार्यक्षमता.

Teleordering - book ordering system in which the bookseller's orders are entered into a computer which then puts order through the distributor at the end of the day. ग्रंथविक्रेत्यांच्या मागण्या संगणकामध्ये अंतर्गत करून त्याच दिवशी वितरकाकडे त्या मागण्या नोंदविण्याची ग्रंथ मागणीची पद्धत.

Telephone bridge - computerized switching system that allows multisite telephone conferencing अनेक स्थळांवरील दूरध्वनी परिषद जोडणारी संगणकीय व्यवस्था (पद्धत)

Telephony - science of converting sound to electrical signals and transmitting it between widely removed points. आवाजाचे रूपांतर विद्युत्-संदेशामध्ये करणारे आणि व्यापक दूर ठिकाणांच्या बिंदूवर प्रक्षेपण करणारे शास्त्र.

TeleRouter - optional software overlay product for the cisco VCO / 4 k switch सिस्को व्हीसीओ / ४ k स्विचसाठी पर्यायी आज्ञावलीचे असलेले आवरण.

Teletext - a system which allows the transmission of data via the vertical blank interval of a television signal माहितीचे प्रक्षेपण दूरचित्रवाणीच्या संदेशाच्या उभ्या रिकाम्या मध्यंतरामार्फत करणारी पद्धत.

Telex - system for sending messages using telephone lines which are printed out at the receiving end on a special printer दूरध्वनी वाहिन्यांचा उपयोग करून संदेश पाठविणे आणि तो मिळताच विशेष मुद्रणयंत्रावर मुद्रित करणारी व्यवस्था.

Template - standard text into which specific details (address / prices) can be added. विशेष तपशील दिलेले प्रमाणित मजकूर.

Telnet - standard terminal emulation protocol in the TCP / IP protocol stack. टीसीपी / आय पी नियमसंचाच्या गटातील प्रमाणित उपसंगणकीय स्पर्धा-पूर्ण नियम संच.

Terminal - a keyboard, a screen and a cable hooked up to another computer for file access but cannot do real computing. संचिकाप्रवेशासाठी कळपट्टी पडदा आणि वाहिनी दुसऱ्या संगणकाला जोडलेला पण संगणकाची कार्ये न करणारा, उपसंगणक.

Terminal emulation - software that enables a personal computer to communicate with a host computer by transmitting in the form used by the host terminal. संगणकाला प्रक्षेपणाद्वारे मुख्य उपसंगणकाने वापरलेल्या स्वरूपात संप्रेषण करण्यासाठी मुख्य संगणकातील आज्ञावली.

Terminal mode - communication programme allows user to mimic a computer terminal which is basically a keyboard and CRT display or printer. उपभोक्त्याला अनुकरण करण्यासाठी संगणक, उपसंगणकाला मुख्यतः कळपट्टी, सीआरटी प्रदर्शन किंवा मुद्रणयंत्र यांचे अनुकरण करण्यास परवानगी देणाऱ्या संप्रेषणप्रणाली.

Terminal server - a special purpose computer that has places to plug in many modems on one side and a connection to a LAN on the other side. एका बाजूने अनेक मोडेमला जोडलेला आणि दुसऱ्या बाजूने स्थानिक क्षेत्रीय जाळ्याला जोडलेला विशेष हेतुपूर्ण उपसंगणक.

Terminatior - device that provides electrical resistance at the end of a transmission line to absorb signals on the line thereby keeping them from bouncing back and being received again by network stations. प्रक्षेपणाच्या ओळीतील शेवटच्या ओळीतील संदेश शोषण करण्यास विद्युत विरोध होतो. त्यावेळी हे संदेश उलट परत जाण्यास आणि पुन्हा जाळ्याच्या स्थळाकडून मिळविण्यास मदत करणारे साधन.

Text - editing facilities - word processing system that allows the user to add delete move, and correct sections of text. उपभोक्त्याला मजकुराच्या भागामध्ये मजकूर मिळविणे, नष्ट करणे, हलविणे आणि बिनचूक करणे यासाठी परवानगी देणारी शब्द प्रक्रिया व्यवस्था.

TFN (Tribe Flood Network) - a common type of denial of service attack which can take advantage of forged rapidly changing source IP addresses to allow attackers to thwart efforts to locate the attacks. वेगाने पुढे घुसण्याचा फायदा घेणारी सामान्य नकाराची हल्ला करणारी सुविधा त्यामुळे महाजाळ्याच्या पत्त्याचे साधन जलद गतीने बदलून हल्लेखोरांना विरोध करते आणि हल्ल्यांची ठिकाणे शोधण्याचा प्रयत्न करते.

TGI (Ticket Granting Ticket) - a credential that the key distribution center issues to authenticated users. की वितरण केंद्राने अधिकृत उपभोक्त्याला दिलेले अधिकारपत्र.

TGW (Trunking Gateway) - it supports only bearer traffic. ट्रॅफिक वाहतुकीला आधार देणारे प्रवेशद्वार.

TH (Transmission Header) - SNA Header which is appended to the SNA basic information unit एसएनएच्या मूळ माहिती घटकाला जोडलेला एसएनए हेडर.

Thin client - a computer without a hard drive. हार्ड ड्राइव्ह नसलेला संगणक.

Thread - a new subject posting and all the responses to that initial post are commonly called the thread. नवीन माहितीचा जुन्या माहितीच्या मुळाशी असलेला संबंध.

Three - dimensional (3D) - which has three dimensions (width, breadth and depth) त्रिमिती, लांबी, रुंदी आणि खोली अशा तीन दिशा असलेले.

Threeway handshake - two protocol entities synchronize during connection establishment. दोन नियमसंचांची जोडणीच्या एकाच वेळी केलेली योजना.

TID (Tunnel identifier) - used to identify a GTP tunnel between two GSN in a GPRS network जीपीआरएस जाळ्यातील दोन जीएसएन मधील जीटीपी बोगद्याची ओळख करून देणारा.

Tie line - specifies a connection that emulates a temporary tie-line trunk to a private branch exchange (PBX) पीबीएक्सला असलेल्या तात्पुरत्या चढाओढीच्या टाय-लाइन ट्रंकच्या जोडणीचे स्पष्टीकरण.

TIFF (Tag Image File Format) - a graphic file format TIFF files are bit maps, but they can be of any size resolution or colour depth. आलेख संचिका स्वरूप निश्चित आकाराच्या किंवा रंगाची खोली यांचे पृथक्करण करणाऱ्या, बिट मॅप्सच्या (लहान तुकडे) संचिका.

Timeout - one network device expects to hear from another network device within a specific period of time, but does not. दुसऱ्या जाळ्यातील साधनाकडून काही विशिष्ट कालावधीत ऐकण्याची अपेक्षा असलेले एका जाळ्यातील साधन. पण तसे होत नाही.

Tip and ring - pair wires that provide the electrical connection between a telephone set and local company दूरध्वनी संच आणि स्थानिक कंपनी यांना दोन तारांमुळे मिळणारी विद्युत् जोडणी.

TIRKS (Trunk Information Record Keeping System) - OSS that provides record keeping for interoffice trunk facilities ऑफिस अंतर्गत टंक सुविधा देणारे ओएसएस नोंदी ठेवणारी व्यवस्था.

Title bar - a horizontal bar at the top of a window. It shows the name of the window. विंडोजच्या वरच्या भागात असणारा आणि विंडोजचे नाव दर्शविणारा आडवा गज (दांडा)

Token - control information possesion of the token allows a network device to transmit data onto the network जाळ्यातील साधनांना माहितीचे प्रक्षेपण करणाऱ्यास मान्यता देणारा नियंत्रित माहितीचा साचा.

Token bus - LAN architecture using token passing access over a bus topology बस क्षेत्रात प्रवेश करणारे नियंत्रित माहितीच्या साच्याचा उपयोग करणारे स्थानिक क्षेत्रीय जाळे.

Token passing - a system in which a small data frame is passed from device to device, a network in pre-determined order. पूर्वी ठरल्याप्रमाणे

जाळ्यामधील साधनातून प्रवास करणाऱ्या छोट्या माहितीची आकार असलेली व्यवस्था.

Token ring - one of several technologies used to allow computers on a LAN to communicate. संगणकांना स्थानिक क्षेत्रीय जाळ्यामध्ये संप्रेषण करण्यासाठी वापरल्या जाणाऱ्या अनेक तंत्रांपैकी एक.

Tone curves - these are used to smoothly adjust the overall tonal range of an image. प्रतिमेच्या आवाजातील चढउतार योग्य तऱ्हेने जुळवून घेण्यासाठी उपयोगी पडणारे.

Toolbar - a collection of buttons which typically makes more common tools for an application easily accessible. कार्य व्यवस्थित व सोपे होण्यासाठी विशिष्ट पद्धतीने अनेक सामान्य साधनांच्या बटनांचा संग्रह

Topology - 1) physical arrangement of network nodes and media within an enterprise networking structure. जाळ्यातील आरेखनात बिंदू आणि माध्यम यांची केलेली नैसर्गिक व्यवस्था. 2) way in which the various elements in a network are interconnected. जाळ्यातील अनेक घटक अंतर्गत पद्धतीने जोडण्याची पद्धत

Touch screen - data input system where a user responds to software by touching the screen at the location that corresponds with his choice उपभोक्त्याच्या आवडीशी जुळणाऱ्या पडद्यावर असलेल्या गोष्टीला स्पर्श करून आज्ञावलीला उत्तर देणारी माहिती समावेशन पद्धत.

Traceroute - programme available on many systems that traces the path a packet takes to a destination. स्थळाकडे संच घेऊन जाण्यासाठी मार्गाची शोध घेणारी अनेक पद्धतीवर उपलब्ध असलेली आज्ञावली.

Traffic analysis - inference of information from observable characteristics of data flows even when the data is encrypted. माहिती सांकेतिक लिपीमध्ये असली तरी माहितीच्या प्रवाहाची वैशिष्ट्ये बारकाईने पाहून माहितीचे अनुमान काढता येणारे पृथक्करण

Traffic management - techniques for avoiding congestion and shaping and policing traffic संप्रेषण वाहतुकीची अतिशय दाट आणि आकार देणारी, धोरणे टाळणारी तंत्रे.

Traffic policing - process used to measure the actual traffic flow across a given connection and compare it to the total admissible traffic flow for that connection. प्रत्यक्ष संप्रेषणव्यवस्थेच्या प्रवाहाचे मोजमाप दिलेल्या जोडणीतून

आणि संपूर्ण संमत जोडणीला संप्रेषणव्यवस्थेच्या प्रवाहाशी तुलना करण्यासाठी वापरण्यात येणारी प्रक्रिया.

Traffic shaping - use of queues to limit surges that can congest a network. जाळ्यामध्ये गर्दी करू शकतील म्हणून पुढे जोमाने येणाऱ्या संप्रेषण-व्यवस्थेसाठी ओळींचा केलेला उपयोग.

Transaction processing - interactive processing in which a user enters commands and data on terminal which is linked to a central computer with results being displayed on screen. उपभोक्ता संगणकामध्ये आज्ञा समाविष्ट करतो, टर्मिनलवर उपसंगणकावर मध्यवर्ती संगणकाकडून माहिती जोडली जाते. ती माहिती पडद्यावर प्रदर्शित करणारी अंतर्गत प्रक्रिया.

Transaction services layer - layer 7 in the SNA architectural model. एसएनए आरेखन आदर्शातील ७ वा स्तर

Transborder data flow - passing of data from one country to another using communications links such as satellites, landlines. एका देशाकडून दुसऱ्या देशाकडे संप्रेषणाच्या दुव्यामार्फत उदा. उपग्रह, दूरध्वनी माहितीचा प्रवाह पुढे पाठविणे.

Transreceiver - device which can both transmit and receive signals. प्रक्षेपण करणारे आणि संदेश घेणारे साधन.

Transcribe - transfer data from one system to another एका पद्धतीतून दुसऱ्या पद्धतीमध्ये पाठविली जाणारी माहिती.

Transform - list of operations done on a dataflow to provide data authentication, data confidentiality and data compression. माहितीची अधिकृतता, विश्वसनीयता आणि लघुता यासंबंधी माहिती देणारी माहिती प्रवाहावरील पूर्ण झालेल्या कार्यांची यादी.

Translational bridging - networks with dissimilar MAC sublayer protocols. जाळ्यामधील असमान मॅक उपस्तरांचा नियमसंच

Transmission - sending signals from one device to another device एका साधनाकडून दुसऱ्या साधनाकडे पाठविलेले संदेश.

Transmission Control Layer - this layer is responsible for establishing, maintaining and terminating SNA sessions sequencing data messages and controlling session level flow. स्थापनेसाठी, प्रतिपालासाठी आणि शेवटासाठी एसएनए बैठकांच्या माहितीसंदेशाचा क्रम आणि बैठकीच्या स्तराचा प्रवाह नियंत्रित करण्यासाठी जबाबदार असलेला स्तर

Trans Path Component - the part of user signaling controller system where signals are identified, converted and routed. संदेशांची ओळख, रूपांतर आणि मार्गक्रमण होणारी उपभोक्त्याची संदेशाची नियंत्रक व्यवस्था.

Transponder - satellite equipment that accepts the signal sent from earth and after amplifying and changing the frequency, sends it back for reception. पृथ्वीकडून पाठविलेला संदेश स्वीकारून नंतर लहरीचा विस्तार बदल करून परत पृथ्वीकडे स्वीकारण्यासाठी पाठविणारी उपग्रह साधने.

Transport layer - it is the fourth layer of the OSI model. It provides a transport service between the session layer and network layer. बैठक स्तर व जाळे स्तर यांच्यात वाहतूक सेवा देणारा ओएस आय आदर्शाचा चौथा स्तर.

Trap - message sent by an SNMP agent to an NMS, a console or a terminal to indicate the occurrence of a significant event. एस एन एम पी एजंटाकडून एन एम एस कडे आधार किंवा संगणकाकडून महत्त्वाची घटना घडण्याची सूचना देणारे संदेश.

Tree - data structure system where each item of data is linked to several others by branches. प्रत्येक बाब इतर अनेक माहितीच्या शाखेशी जोडलेली माहितीची रचना असलेली व्यवस्था.

Tree topology - LAN topology similar to a bus topology, except that tree networks can contain branches with multiple nodes. ट्री स्थानिक क्षेत्रीय जाळ्यातील घटक बस घटकाशी समान जाळ्यामध्ये अनेक बिंदूंसहित समाविष्ट असणाऱ्या शाखा.

Trojan horse - computer programme that appears to have a useful function but also has a hidden and potentially malicious function that evades security mechanisms. आज्ञावलीत लपलेली आणि स्थितिजन्य कार्य-शक्तीमध्ये चुकीची कार्ये (आकसाची) असलेली आणि सुरक्षायंत्रणेला टाळणारी संगणक आज्ञावली.

Troubleshoot - 1) to debug computer software संगणककार्यातील त्रुटी शोधून दुरुस्त करणे. 2) to locate and repair fault in hardware संस्करण विभागातील चूक शोधून दुरुस्त करणे.

Trunk - 1) physical and logical connection between two switches across which network traffic travels. जाळ्यातील संप्रेषणव्यवस्थेच्या प्रवासातील दोन जोडणीतील नैसर्गिक आणि तार्किक जोडणी. 2) a phone line between two COS or a CO and a PBX दोन सीओएस किंवा सीओ आणि पीबीएक्समधील

दूरध्वनी वाहिनी.

Trust relationship - an agreement between two domains that enables authenticated users in one domain to access resources in another domain. एका कार्यक्षेत्रांतील अधिकृत उपभोक्त्याला दुसऱ्या कार्यक्षेत्रातील साधनांमध्ये प्रवेश करू देणारी दोन कार्यक्षेत्रांतील व्यवस्था.

Trusted domain - it contains the user accounts of users who want to access resources in the trusting domain. विश्वसनीय कार्यक्षेत्रातील साधनांमध्ये प्रवेशासाठी उपभोक्त्याचे उपभोक्ता खाते समाविष्ट असलेले विश्वसनीय कार्यक्षेत्र.

Trusted key - public key upon which a user relies, especially a public key that can be used as the first public key in a certification path. मार्गावरील पहिली सार्वजनिक कळ म्हणून जिचा उपयोग केला जातो आणि ज्या कळेवर उपभोक्ता अवलंबून असतो ती सार्वजनिक कळ

Trusted subnetwork - subnetwork containting hosts and routers that trust each other not to engage in active or passive attacks. मुख्य संगणक आणि मार्ग, एकमेकांवर विश्वास ठेवून कार्यक्षम किंवा अक्रियाशील गोष्टी न करण्यात व्यस्त असलेले उपजाळे.

Trusting domain - it has resources to share with users from the trusted domain. विश्वसनीय कार्यक्षेत्राकडून उपभोक्त्याबरोबर केलेली साधन वाटणी.

Twisted pair - a pair of insulated wires that twist around each other repeatedly in a spiral pattern along the length of the wires. तारेच्या लांबीपर्यंत एकमेकांशी वेटोळ्याप्रमाणे असलेली वरती रबराचा थर असलेली तारांची जोडी.

U

Unacknowledged Connectionless Service - fastest means of transferring data at the LLC sublayer of the Data Link Layer of the OSI model ओएसआय नमुन्याच्या माहिती दुव्याच्या स्तराच्या एलएलसी उपस्तरामध्ये जलद गतीच्या साधनाद्वारे जोडणीविरहित माहिती बदली करणारी सेवा.

Unattended Operation - system that can operate without need for a person to superwise व्यक्तीच्या देखभालीव्यतिरिक्त कार्य करणारी पद्धती.

Unbounded media - transmissions do not need physical connection to travel from source to destination. It is a wireless media प्रक्षेपणाच्या जोडणीसाठी साधनाकडून एखाद्या जागेकडे प्रवास करण्याची आवश्यकता नसते असे ताराविरहित माध्यम

Uncover - database of book reviews, magazines, articles पुस्तकपरीक्षणे, मासिके आणि लेख यांचा मूलभूत माहिती संच.

Under-flow - result of numerical operation that is too small to be represented with the given accuracy of a computer संगणकाने अचूक दिलेले पण सादर करण्यास अतिशय लहान असलेले कार्य.

Undetected - which has not been detected. ज्याचा शोध लागलेला नाही असा.

UNICOS (UNIX Cray Operating System) - a version of the UNIX adapted for CRAY computers. युनिक्स क्रे कार्यान्वित प्रणाली, क्रे संगणकाने युनिक्सची अंगीकारलेली कार्यान्वित प्रणाली आवृत्ती.

Uninterruptible Power Supply - a device of computer to continue operations during short time of a power outage. विद्युत् पुरवठा खंडित झाला तरी संगणकाचे कार्य थोडा वेळ चालू राहण्यासाठी उपयोगी असणारे साधन

Unique - different from everything else. सगळ्यापासून वेगळे असलेले.

Unique visitors - statistics of visitors who are using the site. संकेतस्थळाचा उपयोग करणाऱ्यांचे मूल्यमापन, संख्या.

Unit - smallest element सर्वात छोटा घटक.

Universal - which applies everywhere. सर्व ठिकाणी ज्याचा वापर होतो ते.

Universal naming convention - method of identifying individual computers, their resources on the network. जाळ्यामध्ये वैयक्तिक संगणक व त्या व्यक्तींची साधने ओळखण्याची एक पद्धत.

Universal serial bus - a newish standard of serial bus architecture in PCS which allows the connection of multiple external devices to a single port using a daisy chain format. वैयक्तिक संगणकाच्या प्रमाणित संप्रेषण साखळीच्या आलेखात अनेक बाह्य साधनांच्या तसेच अंतर्गत संप्रेषणवाहिन्यांच्या एकेरी जोडणीसाठी चक्राकार साखळीच्या नमुन्याचा केलेला उपयोग

UNIX - one of the computer operating system. Common for servers on the internet महाजाळ्याच्या साठ्यासाठी सामान्यत: वापरली जाणारी एक संगणकीय कार्यन्वित प्रणाली.

UNIX to UNIX encoding - method for converting files from binary to text (ASCII) and to send them across the internet through e-mail संचिका द्विअंकीय ते मजकुरामध्ये परावर्तित करण्याची पद्धती. या संचिका ई-मेल द्वारा महाजाळ्यावर पाठविता येतात.

Unpack - remove packed data from storage and expand it to its former state. साठ्यातून माहिती बाजूला काढून ती तिच्या मूळच्या स्वरूपात विस्तारित करणे.

Unshielded Twisted Pair - network cable made up of multiple pairs of smaller cables that are twisted around each other जाळ्यामधील लहान लहान तारा एकमेकींशी गुंडाळून बनविलेली तार

Uplink - satellite antena which has ability to transmit signals to satellite. Uplink earth stations receive signals from satellite in the same manner as downlink उपग्रहाचा अँटेना ज्यामध्ये उपग्रहाकडे लहरी प्रक्षेपित करण्याची क्षमता असते.

Upload - sending files from your computer to be stored and used on another computer on the net. संगणकाने पाठविलेल्या संचिका संग्रहित करून जाळ्यातील दुसऱ्या संगणकाकडून त्याचा वापर करणे.

Uptime - time when a computer is functioning correctly. संगणक जेव्हा त्याचे कार्य अचूक करीत असतो ती वेळ.

URI (Uniform Resource Locator) - A string of characters which represents the location, address of resources on the internet and how the resource should be accessed. ज्या अक्षरांमुळे महाजाळ्यातील साधनाचे स्थान, पत्ते मिळतात त्याचप्रमाणे त्या साधनामध्ये प्रवेश मिळवण्यासंबंधी माहिती मिळते.

URL (Uniform Resource Locator) - address of the pages on web. There is some system to manage the naming. यात जाळ्यातील पानांचे पत्ते, अंतर्भूत असतात. यातील नावासाठी विशिष्ट पद्धत असते.

Usenet - a network communicate using UNIX to UNIX copy protocol. युनिक्सचा नियमसंच वापरलेले जाळे.

User - person who uses a computer संगणकाचा वापर करणारी व्यक्ती

User account - a record which contains user information, name password etc. उपभोक्त्यासंबंधी माहिती असलेल्या नोंदी उदा. नाव, संकेतशब्द.

User detagram protocol - one of the protocols for data transfer which is part of the TCP / IP suite of protocols. टी सी पी / आय पी चा एक भाग असलेल्या माहिती पाठविणाच्या अनेक नियमांच्या संचापैकी एक.

User Id - username, the string of characters that identifies user उपभोक्त्याची ओळख पटविण्यासाठी आवश्यक उपभोक्त्याचे नाव, अक्षरांचा संच.

User manual - booklet showing how a device / system should be used. एखादे साधन / व्यवस्था यांचा उपयोग कसा करावा हे सांगणारी पुस्तिका.

User policy - collection of registry settings that restricts a user's programme and network options. उपभोक्त्याच्या कार्यप्रणाली किंवा जाळ्यांच्या पर्यायावर असलेल्या सूचनांचा संच.

User profile - a series of registry settings and folders in the user's profile folder which defines a user's work environment. उपभोक्त्याच्या कामाच्या संदर्भात माहिती सांगणाऱ्या कागदपत्रांचे ठिकाण.

User rights - authorise user to perform specific tasks on a computer. संगणकाच्या साहाय्याने विशिष्ट काम करण्यासाठी उपभोक्त्याला असलेले अधिकार

V

Vacuum - state with no air हवा नसलेली स्थिती

Valid - according to rules नियमाप्रमाणे

Value - an individual entry in a register or programme. नोंदवहीतील किंवा प्रणालीतील व्यक्तिगत नोंद

Value added network - transmission lines are leased from a public utility such as telephone service but where user can add on private equipment. दूरध्वनीसारख्या सार्वजनिक सुविधांमधून प्रक्षेपणातील भाडेतत्त्वावर घेतलेल्या प्रक्षेपण सुविधा, उपभोक्त्यामध्ये खासगी साधनांची भर घालू शकतो.

Variable - able to change बदलण्याची क्षमता.

Vector graphics - computer drawing system that uses line length and direction from origin to plot lines. संगणकीय चित्रपद्धतीमध्ये ओळीच्या मूळच्या लांबीपासून खुणेपर्यंत केलेला उपयोग.

Velocity - speed of something in a given direction कोणत्याही गोष्टीचा दिलेल्या दिशेने असलेला वेग.

Venn diagram - graphical representation of the relationships between states स्थितीमधील संबंध दर्शविणारे आकृतिमय सादरीकरण.

Verbose mode - an application in such a way that it returns maximum information and detail to the user. उपभोक्त्याला जास्तीत जास्त किंवा सविस्तर माहिती मिळेल अशा तऱ्हेने प्रणालीचा उपयोग करणारे कार्य.

Veronica (Very Easy Rodent Oriented Net-wide Index to computerized Archives) - appears as a menu when client uses Gopher. उपभोक्ता जेव्हा गोफरचा वापर करतो तेव्हा त्याच्यासमोर उपस्थित होणारे अनेक पर्याय, संगणकीय साठ्याचे रोडंट ओरिएन्टेड नेट- वाइड निर्देश

Version - copy which is slightly different from other. इतरांपेक्षा थोडी वेगळी असलेली प्रत, मूळ प्रतीपेक्षा थोडा बदल असलेली प्रत, आवृत्ती.

Very high density - video disk able to store very large quantities of data. माहितीचा प्रचंड साठा असणारी दृश्य तबकडी.

Video compression - a coding technique that reduces bandwidth required for the transmission of video images. दृश्य प्रतिमांच्या प्रक्षेपणासाठी बँडविड्थ कमी करणारे सांकेतिक तंत्रज्ञान

Video conferencing - two - way electronic voice and video communication between two or more groups or individuals who are sitting in separate locations, fully interactive voice and video वेगवेगळ्या ठिकाणी बसलेल्या दोन किंवा तीन व्यक्ती अथवा गट यांच्यामध्ये दोन प्रकारे इलेक्ट्रॉनिक आवाज व दृश्य यांच्यामार्फत होणारे संप्रेषण.

Video disc - a 12 inch disk holding visual images. दृश्य प्रतिमा असलेली १२ इंचाची तबकडी. जी कॉम्पॅक्ट तबकडीप्रमाणे असते.

Video display terminal - a screen on which tests / graphics can be displayed and controlled by keyboard or mouse. कळपट्टी किंवा उंदीर (माउस) द्वारा पडद्यावर मजकूर, आकृत्या प्रदर्शित व नियंत्रित करणारा संगणक.

Video Electronic Standards Association - a cheaper alternative than EISA, Computer bus architecture design संगणकीय बसचे ई आय एस ए पेक्षा कमी खर्चाचे पण प्रमाणित असणारे आरेखन.

Videotext - system for transmitting text and displaying it on a screen. पडद्यावर मजकुराचे प्रक्षेपण व प्रदर्शन करणारी पद्धती.

Viewdata - interactive system for transmitting text. मजकूर प्रक्षेपण करणारी पण एकमेकांवर परिणाम करणारी पद्धती, संगणक किंवा दुसरे इलेक्ट्रॉनिक साधन यामुळे दोन्ही दिशांनी माहितीचा प्रवाह सुरू असणे. संगणक आणि उपभोक्ता यांमध्ये सुरू असणारा प्रवाह

Virtual - device which does not actually exist but which is simulated by a computer and can be used as if it did exist साधन प्रत्यक्षात नसते पण ते संगणकात आहे असे समजून त्या साधनाचा केला जाणारा आभासी वापर

Virtual Circuit - connection oriented method of packet switching except the connections are virtual. एकाच आकाराच्या बिट्सच्या गटाची जोडणीवर आधारित नियंत्रणपद्धती. आभासी जोडणी.

Virtual Device Driver - a 32 bit protected mode device driver. संगणक कार्यरत करण्याची ३२ बिटची पद्धती.

Virtual Memory - large imaginary main memory made available by loading smaller pages from a backing store into the main memory as they are required मुख्य स्मृतिमंजूषेच्या मागणीप्रमाणे साठ्यातून लहान पृष्ठांचे कार्य करणारी मोठी आभासी स्मृतिमंजूषा किंवा तबकडीवरील जागा.

Virtual Reality - computer simulations that use 3D graphics and devices to allow user to interact with the simulation संगणक त्रिमिती चित्रे आणि

साधने प्रदर्शित करून उपभोक्त्याला त्यामध्ये सामील करून घेण्याची क्रिया, आभासात्मक सत्यता.

Virtually Private Netwok - a network in which some of the parts are connected using public internet, but data sent across the internet is encrypted. ज्या जाळ्याचे काही भाग सार्वजनिक महाजाळ्याशी जोडलेले असतात. त्या जाळ्यावरून मिळणारी सांकेतिक भाषेतील माहिती.

Virus - a malicious programme that searches out other programmes and 'infects' them by embedding copy of itself into them. इतर आज्ञावली शोधून त्यामध्ये हानिकारक आज्ञावली घुसडून त्या आज्ञावलीवर परिणाम करणाऱ्या आज्ञावली विषाणू.

Visual Display Terminal - दृश्ये प्रदर्शित करणारा संगणक. a computer which shows visual images

Visual Display Unit - दृश्य प्रदर्शित करणारा घटक

Voice Data Entry - input of information into a computer using a speech recognition system and the user's voice. उपभोक्त्याचा आवाज आणि संभाषण ओळखण्याची पद्धती यांचा उपयोग करून माहितीची संगणकामध्ये केलेली नोंद.

Voice Recognition - ability of a computer to recognize certain words in a human voice and provide a suitable response. मानवी आवाजातील काही शब्द ओळखण्याची व त्यासंबंधी योग्य माहिती देण्याची संगणकाची क्षमता.

Voice synthesis - reproduction of sounds similar to those of the human voice. मानवी आवाजाशी जुळणाऱ्या आवाजाची पुनर्निर्मिती करणे.

Voice synthesizer - a device which generates sounds which are similar to the human voice मानवी आवाजाशी जुळणारे आवाज निर्माण करणारे साधन.

Volatile memory - data storage that does not retain information if power to it is interrupted for an elongated period of time विद्युत् प्रवाह बराच काळ खंडित झाल्यास माहिती न साठवता येणे.

Volatility - number of records added नव्याने झालेली नोंदींची संख्या

Volume set - a combination of two or thirty two partitions which are formatted as a single logical drive. संगणकातील स्मृतिमंजूषेचे दोन किंवा बत्तीस भागांचा मिळून बनलेला एक तर्किक कार्य करणारा ड्राइव्ह.

VRAM (video RAM) - a type of memory which is dedicated to handling the image displayed on a monitor पडद्यावरच्या प्रतिमा प्रदर्शनाशी संबंधित असणाऱ्या स्मृतिमंजूषेचा एक प्रकार

VT 100 - a terminal that was used in ancient computer times. जुन्या काळच्या संगणक काळातील एक टर्मिनल.

W

Wafer - thin round slice of a large single silicon crystal onto which hundreds of individual integrated circuits are constructed. एका मोठ्या पातळ गोलाकार सिलीकॉनच्या चकतीवर शेकडो वैयक्तिक सर्किट्स मिळून तयार झालेले वर्तुळ.

WAIS - wide area information servers. It is useful for various sources of academic information शैक्षणिक माहितीच्या अनेकविध साधनांसाठी उपयुक्त असणारा व्यापक क्षेत्रीय माहितीसाठा.

Wait Condition - where a processor is not active but waiting for input from peripherals. प्रक्रिया करणाऱ्या हार्डवेअर व आज्ञावली कार्यरत नसताना सभोवतीच्या गोष्टीकडून कार्यरत होण्यासाठी माहिती मिळण्याची वाट पाहण्याची स्थिती.

Wait loop - processor that repeats one instruction loop programme untill some action occurs. एखादी क्रिया घडेपर्यंत तीच सूचना वारंवार देणारा, प्रक्रिया करणारा संस्करणभाग किंवा आज्ञावली.

Wait state - a delay of one or more cycles added to the processor's instruction execution time to allow it to communicate slow external device प्रक्रिया करणाऱ्याच्या सूचनेप्रमाणे कार्यवाही करताना एक अथवा अनेक चक्रे वापरताना अधिक वेळ लागतो. त्यावेळी बहि:स्थ साधनाद्वारे संप्रेषण करण्याची परवानगी प्रक्रियाकार देतो ती वाट पाहण्याची स्थिती

Wake up a system - code entered at remote terminal to indicate to the central computer that someone is trying to log on. बाह्य संगणकात सांकेतिक शब्द प्रवेश करून मध्यवर्ती संगणकाला कोणीतरी प्रवेश करीत असल्याचे दर्शविणारी पद्धती / व्यवस्था

Walk through - to examine each step of a piece of software. संगणकीय आज्ञावलीचा प्रत्येक भाग पारखणे.

Wand - bar code reader संगणकीय सांकेतिक पट्टीचे वाचन करणारा

Warm boot - to restart an operating system on a computer without actually turning the power off and back on संगणकाचा विद्युत् पुरवठा बंद न करता संगणकाची कार्यान्वित पद्धती पुन्हा सुरू करणे.

Warm standby - secondary backup device that can be stwitched into action a short time after main system fails. मुख्य पद्धती जेव्हा नाकाम ठरते त्यावेळी दुय्यम प्रत साधनातर्फे काम करवून घेता येते.

Warm start - restarting a programme which is stopped without lossing any data. कोणतीही माहिती नष्ट न करता आज्ञावली देऊन पुन्हा सुरुवात करणे.

Warm up - to allow machine to stand idle for a time after switching on to reach the operating conditions कार्यरत होण्यासाठी यंत्र सुरू केल्यानंतर थोड्या वेळाने यंत्र स्थिर स्थितीत ठेवणे.

Warranty - 1) guarantee - हमी 2) legal document which promises that machine will work properly. यंत्र योग्य तऱ्हेने काम करेल अशी ग्वाही दिलेला कायदेशीर दस्त ऐवज.

Wash PROM - to erase date from a PROM. उपभोक्त्याने रोमवर स्वत: तयार केलेली आज्ञावलीतील माहिती काढून टाकणे.

Watt - unit of measurement of electrical power. वीजशक्तीचे एक मोजमाप

Wave - signal motion rises and falls periodically as it travels through a medium. संदेशाची एखाद्या माध्यमातून प्रवास करण्यासारखी ठरावीक कालावधीनंतर खालीवर होणारी हालचाल.

Web browser - it is also known as web client programme. With the help of this it is easy to access and view HTML ज्या संगणकप्रणालीमुळे एचटीएमएल दस्तऐवजामध्ये सहज प्रवेश करता येतो आणि पाहता येते, यालाच वेब क्लायंट कार्यक्रम असेही म्हणतात.

Webhosting - placing a customer's web page or web site on a commercial web server व्यापारी जाळ्यांच्या साठ्यावर ग्राहकांचे वेब पेज (जाळ्याचे पान) किंवा वेबसाइट जाळ्याचे संकेतस्थळ याची नोंद करणे.

Webmaster - a person who maintains and administers a web server or site जाळ्याच्या संगणकाची किंवा संकेत स्थळाची देखभाल करणारी आणि ते चालविणारी व्यक्ती

Web Page - a document created with HTML is a part of a hyper text document which is available on worldwide web जागतिक व्यापक जाळ्यावर उपलब्ध असलेला, हायपर टेक्स्टचा एक भाग असलेला आणि एचटीएमएलच्या सहाय्याने निर्माण केलेला एक प्रलेख

Web Server - a computer which provides world web service on the internet महाजाळ्यावर जागतिक व्यापक जाळे सेवा पुरविणारा साठा संगणक.

Web Site - refers to an Universal Resource location which offers data information, entertainment and computer supported impressions. माहिती, करमणूक व इतर संगणकीय गोष्टी उपलब्ध करून देणारे जागतिक साधनस्थान ज्याचा संदर्भ जागतिक साधनस्थानाकडे जातो.

Web Walking - to use web client programme to move through the document available on www. जागतिक व्यापक जाळ्यामध्ये उपलब्ध असलेल्या दस्तऐवजातून संचार करण्यासाठी वापरण्यात येणारी वेब क्लाएंट संगणक आज्ञावली.

Wetherall - non recursive binary tree spacing algorithm which uses global arrays and two local variables. वैश्विक परिणामकारक प्रदर्शन करणारी आणि दोन अस्थिर स्थानिक गोष्टींचा उपयोग करणारी, पुन्हा न जोडणाऱ्या बायनरी ट्री-मधील जागेच्या व्यवस्थित रचनेची आज्ञावली.

White Point - a movable reference point which defines the lightest area in an image and all other areas to be adjusted accordingly. प्रतिमेतील अधिक प्रकाशित क्षेत्र दर्शविणारा फिरता बिंदू. प्रतिमेतील इतर क्षेत्रे त्यानुसार सांभाळली जातात.

WHOIS - an internet programme that allows users to query regarding databases of people, other internet entities. उपभोक्त्याला इतर व्यक्तींच्या मूलभूत आधार सामग्री संचासंबंधी किंवा महाजाळ्याच्या इतर क्षेत्रासंबंधी विचारणा करण्यासाठी सुविधा प्राप्त करून देणारी महाजाळ्याची आज्ञावली. उदा. व्यक्तीचा ई-मेल, नाव, दूरध्वनी.

Wide Area Infomation Servers - a commercial software which allows the indexing of huge quantity of information, after that these indices are searchable on networks. एक व्यापारी प्रणाली आहे. यात मोठ्या प्रमाणात माहितीचे निर्देशन करणारी संगणकीय आज्ञावली असते. नंतर ही निर्देश जाळ्यामध्ये शोधकार्यासाठी उपलब्ध करून दिली जाते.

Wide Area Network - network which covers multiple geographical distance connected by telephone lines, microwave and satellite. व्यापक क्षेत्रीय जाळे यामध्ये व्यापक भौगोलिक अंतर समाविष्ट असते. दूरध्वनी मायक्रोवेव्ह उपग्रह याच्या द्वारे जोडलेले जाळे.

Wideband - transmission with a bandwidth greater than that of a voice channel. आवाजाच्या वाहिनीपेक्षा बँडवुड्थच्या सहाय्याने अधिक कार्यक्षम केलेले प्रक्षेपण

Width - size of something from edge to edge. एका टोकापासून दुसऱ्या टोकापर्यंत असलेल्या कोणत्याही गोष्टीचा आकार.

Wild Card - symbol that represents all files or data संचिका किंवा माहिती यांची खूण

Windows - (1) a line of Microsoft, it includes 3.x, 95, 98, 2000 and NT. ही मायक्रोसॉफ्टची एक वाहिनी आहे. यामध्ये 3.x ९५, ९८, २००० आणि एन टी अशा नवीन आवृत्त्यांचा समावेश असतो. (2) reserved section of a screen used to display special information. विशिष्ट माहिती प्रदर्शित करणारा पडद्याचा राखीव भाग.

Windows - internet name service, it provides Net BIOS name resolution services to client computers. क्लायंट संगणकांना नेट बीआयओएस नावाची रेझोल्युशन सेवा पुरविणारी विंडोजची इंटरनेट सेवा.

Win Sock (Windows Sockets) - windows programmes use this programme as a standard way to connect to the internet. महाजाळ्याशी जोडणी करण्यासाठी प्रमाणित म्हणून विंडोज आज्ञावलीमार्फत वापरता येणारा मार्ग.

Win Zip - a file compression / decompression utility. This is designed for use by windows, and will 'zip' and 'unzip' files which have been downloaded from the net or are to be upload and sent to others over Net. याचा उपयोग संचिका संक्षिप्त / व्यापक करण्यासाठी होतो.

Wipe - to clean data from a disk तबकडीवरून माहिती काढून टाकणे.

Wire - thin metal conductor. धातूची वाहक पातळ तार.

Wireless - wires are not require to carry signals. संदेशवहनासाठी तारांची आवश्यकता नसणे.

Wireless Application Protocol - a protocol used with small hand held devices and utilizing small file size. लहान आकाराच्या संचिकांचा आणि लहान हँडहेल्ड साधनांचा वापर केलेला एक नियमसंच.

Wire Tap - unauthorized connection to a private communications line in order to listen to conversation. संभाषण ऐकण्यासाठी खासगी संप्रेषणासाठी केलेली अनधिकृत जोडणी.

Wiring - series of wires. तारांची शृंखला / मालिका.

Wizard - a utility within an application that helps you use the application to perform a particular task. विशिष्ट कामाच्या सादरीकरणासाठी या उपयोजनाचा उपयोग होतो.

Word - in computer science a word is used, reffered to memory, and is typically 4 bytes. संगणकशास्त्रात शब्द हा स्मृतिमंजूषेला उद्देशून वापरला जातो. तो सामान्यत: चार बाइट्सचा असतो.

Word Process - to edit, store and manipulate text using a computer. संगणकाच्या सहाय्याने मजकूर संकलित करणे, त्याचा साठा करणे.

Word Processing - entering, editing and formation text with the use of spelling checkers, outlining, tables, footnotes etc. स्पेलिंग तपासणे, रूपरेषा, परिशिष्टे, तळटिपा इत्यादींच्या सहाय्याने संगणकामध्ये मजकुराची नोंद करणे, संपादन करणे, मजकुराचे स्वरूप ठरविणे यासाठी उपयोगी पडणारी शब्दप्रणाली.

Word Processor - (1) a programme used to create and print documents. (प्रलेख) निर्माण करणे / लिहिणे व ते मुद्रित करणे यासाठी उपयोगी पडणारी आज्ञावली. (2) a programme for a computer which allows editing manipulation and output of text such as letters, labels, list etc. मजकुराचे उदा. पत्रे, याद्या, लेबल, इत्यादींचे संकलन संस्करण करण्यासाठी उपयोगी पडणारी आज्ञावली.

Word Wrap - a feature of word processor and text editor where a word which extends past the right hand margin is moved to the following line. उजवीकडील समासाच्या मर्यादेपेक्षा पुढे जाणाऱ्या शब्दाला पुढील ओळीवर हलविण्यासाठी वर्ड प्रोसेसर आणि टेक्स्ट एडिटर मध्ये वापरलेली एक विशेष बाब.

Work Group - a logical grouping of networked computers in which one or more computers has shared resources. जाळ्यातील संगणकाचा एक तार्किक गट ज्यातील एक अथवा अनेक संगणकांमध्ये साधनांची वाटणी असते.

Work Station - (1) place where a computer user works with terminal, printer, modem etc. संगणक उपभोक्ता ज्या ठिकाणी मुद्रित यंत्र, मोडेम (महाजाळ्यातील सूचनांची देवाण घेवाण करणारे) संगणकीय साधन यांच्या मदतीने कार्य करतो ती जागा. (2) a networked personal computing device with more power than IBM PC. जाळ्यामधील एक शक्तिमान संगणक आय बी एम पी सी पेक्षा अधिक शक्तिमान असलेले जाळे आधारित कॉम्प्युटिंग साधन.

World Wide Web - universe of hypertext servers which allow text, graphics, sound, files etc. मजकूर, चित्रे, आकृत्या, ध्वनी, संचिका इत्यादींना परवानगी देणारे हायपरटेक्स्ट साठ्याचे विश्व.

Worm (Write Once Read Many) - any type of storage medium to which data can be written to only a single time but can be read from any number of times. ज्यावर एकदाच माहितीची नोंद करता येते मात्र ती माहिती असंख्य वेळा वाचता येते असे कोणत्याही प्रकारचे माहिती साठा माध्यम.

Write Back - a cache architecture in which data is only written to main memory when it is forced out of the cache. स्मृतिमंजूषेच्या जलद गतीच्या भागातून बाहेर जाण्यास भाग पडलेल्या माहितीला मुख्य स्मृतिमंजूषेमध्ये फक्त लिहिण्यासाठी असलेले कॅचे जोडणीचे आरेखन.

WYSIAYG (What You See is All You Get) - programme where the output on screen cannot be printed out in any other form. आज्ञावलीतील संस्कारित माहिती पडद्यावर दिसली तरी ती दुसऱ्या कोणत्याही स्वरूपात मुद्रित झालेली नसते.

WYSIWYG (What You See is What You Get) - आज्ञावलीतील संस्कारित माहिती पडद्यावर ज्याप्रमाणे दिसली त्याचप्रमाणे ती मुद्रित स्वरूपात मिळणे. यामध्ये चित्रांचाही समावेश असतो.

X

X. 500 - directory access protocol to enable a common standard for directories of information over a network. निर्देशिका प्रवेशासाठी असणारा नियमसंच. संगणकीय माहिती जाळ्यासाठी निर्देशिका तयार करण्यासाठी असणारा आदर्श.

XHTML - Extensible Hyper Text Markup Language. एक्सएमएल (XML) भाषेच्या वापरासाठी एचटीएमएल (HTML) परत लिहिली गेलेली भाषा.

XML - extensible markup language richer than HTML. It is an evolutionary web data format. एचटीएमएल पेक्षा उच्च भाषा. जाळ्याच्या माहितीसाठी ही भाषा एक क्रांतिकारक बदल आहे.

Xmodem - an early form of file transmission for dialup and telent connections. It is slower. It uses smaller block of data (128 bits). डायलअप आणि टेलनेटमध्ये संचिका प्रक्षेपणाचा एक पूर्वीचा प्रकार. हे प्रक्षेपण फार हळू होते. कारण यामध्ये फक्त १२८ बिट्स वापरलेले असतात.

X-series - recommendations for data communication over public data networks. सार्वजनिक माहिती जाळ्यातील माहिती संप्रेषणासाठी असलेल्या शिफारशी.

Y

Y2k - year 2000. the turn of century to computer users. सन २०००. संगणकीय उपभोक्त्याचे बदललेले वर्ष.

Yaw - rotation of satellite about a vertical axis with the earth. उपग्रहाचे पृथ्वीशी उभ्या रेषेत फिरणे.

Ymodem - a common form of file transmission for dialup and telnet connections. which uses 1K blocks of data. डायलअप व टेलनेटच्या संचिका प्रक्षेपणाचा एक सामान्य प्रकार. ज्यामध्ये 1k माहिती वापरता येते.

Yoke - magnetic coils around a TV tube to control the position of picture beam. दूरचित्रवाणीतील नळ्यांना गुंडाळलेल्या चित्रांच्या किरणांचे नियंत्रण करणाऱ्या चुंबकीय कॉइल्स.

Z

Zap - to wipe off all current data. चालू माहिती पुसून टाकणे.

Zero - the digit, अंक. to clear a file. संचिका स्वच्छ करणे.

ZIP - Zero Insertion Force. अंक वापरण्याच्या अनेकविध पद्धती.

Zip Code - letters and numbers used to indicate a town or street in address in U. S. पत्त्यामध्ये शहर व रस्ता दर्शविण्यासाठी अमेरिकेत अक्षरे व अंकांचा उपयोग करतात.

Zip Disk - a magnetic disk based storage medium in which a single hard disk platter is encased in a plastic carriage. प्लॅस्टिक आवरणात माहितीचा साठा असलेली चुंबकीय तबकडी.

Zip Drive - a disk drive which removes 700 megabyte on a hard disk. तबकडीच्या कप्प्यासाठी ७०० मेगाबाइट्सची बदल करता येण्याजोगी तबकडी.

Zipped - compressed version of a programme. संगणकीय कार्यक्रमाचे संक्षिप्त रूप.

Zmodem - a common form of a file transmission. संचिका प्रक्षेपित करण्याचा एक सामान्य प्रकार.

Zone - (1) area of town or country. शहर व देश यांचे क्षेत्र. (2) region or part of a screen. पडद्याचा भाग किंवा क्षेत्र.

Zoom - (1) to enlarge an area of text. मजकुराचा आकार मोठा करणे. to change the focal length of a lens. भिंगाचे केंद्र बदलणे.

www.ingramcontent.com/pod-product-compliance
Lightning Source LLC
Chambersburg PA
CBHW051652260626
47170CB00004B/1469
9788184834833